അന്ത്യകാല ഉണർവ്വ്
ദൈവപ്രസാദമുള്ളവരിലൂടെ

ഗിരിജ കുമാരി ആർ.പി

Made with ❤ on the Notion Press Platform
www.notionpress.com

അന്ത്യകാല ഉണർവ്വ്

ദൈവപ്രസാദമുള്ളവരിലൂടെ

ഉള്ളടക്കം

ആമുഖം

കർത്താവിൽ പ്രിയരെ, "അന്ത്യകാല ഉണർവ്വിന്റെ താക്കോലുകൾ" എന്ന ഗ്രന്ഥത്തിന്റെ തുടർച്ചയാണ് "അന്ത്യകാല ഉണർവ്വ് ദൈവപ്രസാദമുള്ളവരിലൂടെ" എന്ന ഈ ചെറുഗ്രന്ഥം. ആകയാൽ ആദ്യഗ്രന്ഥം വായിച്ചവർക്കു ഈ ഗ്രന്ഥം വളരെ നിഷ്പ്രയാസം മനസ്സിലാകും. മറ്റുള്ളവർക്കും ലളിതമായി മനസ്സിലാക്കാൻ പരിശുദ്ധാത്മാവ് കൃപചെയ്യട്ടെ, എന്ന പ്രാർത്ഥനയോടെ തുടരുന്നു.

ഉണർവ്വിനെകുറിച്ചും, അന്ത്യകാല ഉണർവ്വിനെകുറിച്ചും വളരെ ആധികാരികമായി ആദ്യ ഗ്രന്ഥത്തിൽ വ്യക്തമാക്കിയിട്ടുള്ളതിനാൽ വളരെ ചുരുക്കം വാക്യങ്ങളിൽ മാത്രം ഇവിടെ ഉദ്ധരിക്കട്ടെ. ഒറ്റ വാക്യത്തിൽ പറഞ്ഞാൽ ആത്മാക്കളുടെ മാനസാന്തരവും രൂപാന്തരവും സഭകളുടെ വിശുദ്ധീകരണവും നവീകരണവുമാണ് ഉണർവ്വ്.

മാനവകുലത്തെ സംബന്ധിച്ച് വേദശാസ്ത്രപരമായി പ്രധാനമായും ഏഴു യുഗങ്ങളാണുള്ളത്.

1. **നിഷ്പാപയുഗം:** ആദിമ മനുഷ്യൻ പാപം ചെയ്യുന്നതു വരെയുള്ള കാലം.
2. **മനസ്സാക്ഷിയുഗം:** മനുഷ്യൻ പാപം ചെയ്തതു മുതൽ നോഹയുടെ കാലം വരെയുള്ള കാലം.
3. **മാനുഷിക ഭരണയുഗം:** നോഹ മുതൽ അബ്രഹാം വരെയുള്ള കാലം.
4. **വാഗ്ദത്തയുഗം:** അബ്രഹാം മുതൽ മോശെ വരെയുള്ള കാലം.
5. **ന്യായപ്രമാണയുഗം:** മോശെ മുതൽ ക്രിസ്തുവിന്റെ ക്രൂശീകരണം വരെയുള്ള കാലം.
6. **കൃപായുഗം** (സഭായുഗം). ക്രിസ്തുവിന്റെ ക്രൂശീകരണം മുതൽ മദ്ധ്യാകാശ പ്രത്യക്ഷത വരെയുള്ള കാലം.
7. **സഹസ്രാബ്ദയുഗം:** യേശുക്രിസ്തുവിന്റെ മഹത്വ പ്രത്യക്ഷതയോടെ ആരംഭിക്കുന്ന ആയിരം വർഷങ്ങൾ.

മാനവരാശിയുടെ ഇഹലോക ജീവിതത്തിലെ അവസാനത്തെ യുഗമായ കൃപായുഗം എന്ന സഭായുഗത്തിലാണ് നാം ഇന്നു ജീവിക്കുന്നത്. അതുകൊണ്ടാണ് ഈ കാലഘട്ടത്തെ അന്ത്യകാലം എന്നു പറയുന്നത്. ഈ കാലഘട്ടത്തിൽ സംഭവിക്കുന്ന ഉണർവ്വിനെയാണ് അന്ത്യകാല ഉണർവ്വ് എന്നു വിളിക്കുന്നത്. ഉണർവ്വിൽ പ്രധാനമായും താഴെ രേഖപ്പെടുത്തിയിരിക്കുന്ന നാല് കാര്യങ്ങൾ സംഭവിച്ചിരിക്കണം.

1. ദൈവത്തിങ്കലേക്കുള്ള വ്യക്തികളുടെ മടങ്ങിവരവ്.
2. സഭകളുടെ വിശുദ്ധീകരണവും നവീകരണവും.
3. പരിശുദ്ധാത്മ നിറവ്.
4. അനുസരണം.

1. ദൈവത്തിങ്കലേക്കുള്ള വ്യക്തികളുടെ മടങ്ങിവരവ്.

ദൈവമക്കൾ ദൈവത്തിൽ നിന്ന് എത്രമാത്രം അകലെയാണെന്ന് പലർക്കും അറിയില്ല. ഉണർവ്വു സംഭവിക്കുമ്പോൾ അവരത് മനസ്സിലാക്കുകയും ദൈവത്തിങ്കലേക്കു മടങ്ങി വരികയും ചെയ്യും.

"എന്റെ അടുക്കലേക്കു മടങ്ങിവരുവിൻ; ഞാൻ നിങ്ങളുടെ അടുക്കലേക്കും മടങ്ങിവരും എന്നു സൈന്യങ്ങളുടെ യഹോവ അരുളിചെയ്യുന്നു." മലാ. 3: 7

2. സഭകളുടെ വിശുദ്ധീകരണവും നവീകരണവും.

യഥാർത്ഥ ഉണർവ്വു സംഭവിക്കുമ്പോൾ, പരിശുദ്ധാത്മാവ് ജനങ്ങളെ വിശുദ്ധിയിലേക്കു നയിക്കും. അതുകൊണ്ട് അവർക്കു പാപത്തിൽ തുടരാൻ കഴിയുകയില്ല. തത്ഫലമായി അവരുടെ മനസ്സും ആത്മാവും പുതുക്കപ്പെടും. ഉദാഹരണമായി യെശയ്യാവ് പ്രവചന പുസ്തകം ഒന്നാം അദ്ധ്യായത്തിന്റെ 1 മുതൽ 20 വരെയുള്ള വാക്യങ്ങളിൽ ദൈവം തന്റെ മക്കളുടെ ആരാധനയെ നിരസിച്ചതായി (തള്ളിക്കളഞ്ഞതായി) രേഖപ്പെടുത്തിയിരിക്കുന്നു. തുടർന്നു യെശയ്യാവിനു

ദൈവവുമായി ഒരു കൂട്ടിമുട്ടൽ ഉണ്ടായപ്പോൾ തന്റെ അശുദ്ധി വെളിപ്പെടുകയും മനസ്സു പുതുക്കപ്പെടുകയും വിശുദ്ധി ആഗ്രഹിക്കുകയും ചെയ്തു.

"അപ്പോൾ ഞാൻ: എനിക്കു അയ്യോ കഷ്ടം; ഞാൻ നശിച്ചു; ഞാൻ ശുദ്ധിയില്ലാത്ത അധര ങ്ങൾ ഉള്ളോരു മനുഷ്യൻ; ശുദ്ധിയില്ലാത്ത അധരങ്ങൾ ഉള്ള ജനത്തിന്റെ നടുവിൽ വസിക്കുന്നു; എന്റെ കണ്ണ് സൈന്യങ്ങളുടെ യഹോവയായ രാജാവിനെ കണ്ടുവല്ലോ എന്നു പറഞ്ഞു." യെശ. 6:5

   3. പരിശുദ്ധാത്മനിറവ്.

ഉണർവ്വിൽ ആത്മാക്കൾ പരിശുദ്ധാത്മാവിനാൽ നിറയപ്പെടുകയും വലിയൊരു ആത്മദാഹം ഉണ്ടാകുകയും ചെയ്യും. അപ്പോൾ മറ്റേതു കാലഘട്ടത്തെക്കാളും ദൈവവചന ഘോഷണവും വളരെ ശക്തമാകും.

"അപ്പോൾ പത്രോസ് പതിനൊന്നു പേരോടു കൂടെ നിന്നുകൊണ്ട് ഉറക്കെ അവരോട് പറ ഞ്ഞത്: യെഹൂദാപുരുഷന്മാരും യെരൂശലേമിൽ പാർക്കുന്ന എല്ലാവരുമായുള്ളോരെ, ഇത് നിങ്ങൾ അറിഞ്ഞിരിക്കട്ടെ; എന്റെ വാക്ക് ശ്രദ്ധിച്ചുകൊൾവിൻ." അപ്പൊ 2: 14

4. അനുസരണം.

നാലാമതായി, ഉണർവ്വ് ദൈവത്തെയും ദൈവ വചനത്തെയും അനുസരിക്കാൻ ജനത്തെ പ്രേരിപ്പിക്കും.

"അവന്റെ വാക്ക് കൈക്കൊണ്ടവർ സ്നാനം ഏറ്റു; അന്നു മൂവായിരത്തോളം പേര് അവരോടു ചേർന്നു." അപ്പൊ. 2: 41

മുഖവുര

ദൈവത്തെ പ്രസാദിപ്പിക്കുന്നവരുടെ കയ്യിലാണ് ദൈവം തന്റെ ഏറ്റവും വലിയ ഉത്തരവാദിത്തങ്ങൾ ഏൽപിക്കുന്നതെന്നു സത്യവേദപുസ്തകത്തിന്റെ ആദ്യതാളു മുതൽ അവസാന താളുവരെ വായിക്കുമ്പോൾ മനസ്സിലാക്കാൻ സാധിക്കും. അതിനൊരുത്തമ തെളിവാണ് **'കർത്താവായ യേശുക്രിസ്തു'**. തന്റെ സംസാരത്തിലൂടെയും പ്രവൃത്തികളിലൂടെയും ജീവിതത്തി ലൂടെയും എപ്പോഴും പിതാവാം ദൈവത്തെ പ്രസാദിപ്പിച്ച കർത്താവായ യേശുക്രിസ്തുവിന്റെ കര ങ്ങളിലാണ് **"മാനവരാശിയുടെ വീണ്ടെടുപ്പ്"** എന്ന ലോകം കണ്ട ഏറ്റവും വലിയ ഉത്തരവാദിത്തം പിതാവാം ദൈവം ഏൽപിച്ചത്.

മത്താ. 3:17, മത്താ. 17:5, ലൂക്കൊ. 3:22 എന്നീ വാക്യങ്ങളിൽ പിതാവാം ദൈവം മൂന്നു പ്രാവശ്യം പരസ്യമായി **"ഇവൻ എന്റെ പ്രിയപുത്രൻ ഇവനിൽ ഞാൻ പ്രസാദിച്ചിരി ക്കുന്നു"** എന്നു യേശുവിനെ നോക്കി പറഞ്ഞതായി തിരുവെഴുത്തിൽ രേഖപ്പെടുത്തിയിരിക്കുന്നു. യേശു സ്വയമായും അങ്ങനെ തന്നെ പറഞ്ഞു.

"എന്നെ അയച്ചവൻ എന്നോടുകൂടെയുണ്ട്. ഞാൻ എല്ലായ്പ്പോഴും അവനു പ്രസാദമുള്ളതു ചെയ്യുന്നതുകൊണ്ടു അവൻ എന്നെ ഏകനായി വിട്ടിട്ടില്ല" യോഹ. 8:29 ആകയാൽ അന്ത്യകാലഘ ഉണർവ്വിനും ദൈവത്തിനാവശ്യം ദൈവത്തെ പ്രസാദിപ്പിക്കുന്നവരെയാണ്.

ജാതി മത വർഗ്ഗ വർണ്ണഭേദമെന്യേ ഈ ലോകത്തിലെ സകല മനുഷ്യരും ദൈവപ്രസാദം ആഗ്രഹിക്കുന്നവരും അതിനുവേണ്ടി പ്രാർത്ഥിക്കുന്നവരും തങ്ങളാൽ ആവോളം പ്രവർത്തിക്കുന്ന വരും ആണ്.

ഈ ലോകത്തിലെ ഉന്നതന്മാർക്ക് കൈക്കൂലി കൊടുത്തും സമ്മാനങ്ങൾ കൊടുത്തും കാര്യങ്ങൾ സാധിപ്പിച്ചെടുക്കുന്നതുപോലെ ദൈവത്തെയും സ്വാധീനിക്കാം അഥവാ പ്രസാദി പ്പിക്കാം, എന്ന വ്യാമോഹത്താൽ പ്രവർത്തിക്കുന്ന വലിയൊരു സമൂഹത്തെ നമുക്കു ചുറ്റും കാണാൻ സാധിക്കും. താഴെ കാണുന്ന ആചാരാനുഷ്ഠാനങ്ങൾ അതിനു തെളിവാണ്.

1. നന്മ പ്രവൃത്തികളും ദാനധർമ്മങ്ങളും (charity)
2. പുണ്യസ്ഥല സന്ദർശനങ്ങൾ.
3. നേർച്ചകാഴ്ചകൾ.
4. മെഴുകുതിരി കത്തിക്കൽ .
5. മലകയറ്റം.
6. നൊയമ്പ് നോക്കൽ (ഉപവാസം.).
7. കുരുതി കൊടുക്കൽ.
8. ശരീരത്തെ സ്വയമായി ദണ്ഡിപ്പിക്കൽ.
9. യാഗങ്ങൾ.
10. ത്യാഗപരമായ ജീവിതം. (sacrificing life style)
11. നരബലികൾ (കുരുതികൾ) തുടങ്ങിയവ.

സ്വന്തം മക്കളെ കുരുതി കൊടുത്ത് ദേവന്മാരെ പ്രസാദിപ്പിക്കാൻ തത്രപ്പെടുന്നവരുടെ എണ്ണവും ഇന്ന് വർദ്ധിച്ചുകൊണ്ടിരിക്കുന്നു. എന്നാൽ നമ്മുടെ നീതിപ്ര വൃത്തികൾ ഒക്കെയും കറപിരണ്ട തുണിപോലെയാണെന്നും (യെശ. 64:6) ആകയാൽ ഇവ യൊന്നും കൊണ്ട് ദൈവത്തെ പ്രസാദിപ്പിക്കാൻ സാദ്ധ്യമല്ലായെന്നും സത്യവേദപുസ്തകം വ്യക്തമാക്കുന്നു. അപ്പോൾ തന്നെ **ദൈവത്തെ പ്രസാദിപ്പിക്കാൻ എന്തു ചെയ്യണം?** എന്ന **ചോദ്യത്തിനും വ്യക്തമായ ഉത്തരം തരുന്ന ഒരേയൊരു ഗ്രന്ഥവും സത്യവേദപുസ്തകം തന്നെയാണ്.** സത്യവേദപുസ്തകത്തിൽ (ബൈബിളിൽ) രേഖപ്പെടുത്തിയി രിക്കുന്നവയെല്ലാം സത്യമാണ്. തെളിവ്.........

1. പേരുകൊണ്ടത് വ്യക്തമാക്കുന്നു.

2. വചനത്തിൽ രേഖപ്പെടുത്തിയിരിക്കുന്നു.

- "നിന്റെ **വചനം സത്യം ആകുന്നു.**" യോഹ. 17:17

- "നിന്റെ **കൽപനകൾ ഒക്കെയും സത്യം തന്നെ**". സങ്കീ. 119:151.

- "നിന്റെ **ന്യായപ്രമാണം സത്യവുമാകുന്നു.**" സങ്കീ. 119:142

3. ഏക സത്യദൈവത്തിന്റെ വാക്ക് (വചനം) ആയതുകൊണ്ട് (**word of God**) അത് സത്യമാണ്. (യോഹ. 17:3 1 കൊരി. 8:6)

- "യഹോവേ **നിന്റെ വചനം സ്വർഗ്ഗത്തിൽ എന്നേയ്ക്കും സ്ഥിരമായിരിക്കുന്നു**" സങ്കീ. 119:89

- "നിന്റെ വചനം *സത്യം ആകുന്നു.*" *യോഹ. 17:17*

- "നമ്മുടെ **ദൈവത്തിന്റെ വചനമോ എന്നേക്കും നിലനിൽക്കും**". യെശ.40:8,

4. ദൈവത്തിന്റെ വചനം എന്നേക്കും നിലനിൽക്കുന്നതാകയാൽ അത് സത്യമാണ്.

- "നമ്മുടെ **ദൈവത്തിന്റെ വചനമോ എന്നേക്കും നിലനിൽക്കും**". യെശ.40:8,

- "**ആകാശവും ഭൂമിയും ഒഴിഞ്ഞുപോകും, എന്റെ വചനങ്ങളോ ഒഴിഞ്ഞു പോക** യില്ല." മർ.13:31, മത്താ. 24:35, ലൂക്കൊ. 21:33

- "**കർത്താവിന്റെ വചനമോ എന്നേക്കും നിലനിൽക്കുന്നു.**" 1 പത്രൊ. 1:25

5. ഭോഷ്ക്കു പറയാത്ത പരിശുദ്ധാത്മാവാം ദൈവത്താൽ എഴുതപ്പെട്ടതായതുകൊണ്ട് അത് സത്യമാണ്.

- "പ്രവചനം ഒരിക്കലും മനുഷ്യന്റെ ഇഷ്ടത്താൽ വന്നതല്ല ദൈവകൽപനയാൽ മനുഷ്യർ പരിശുദ്ധാത്മനിയോഗം പ്രാപിച്ചിട്ടു സംസാരിച്ചതത്രേ." 2പത്രൊ. 1:21

- "എല്ലാതിരുവെഴുത്തും ദൈവശ്വാസീയമാകയാൽ ദൈവത്തിന്റെ മനുഷ്യൻ സകല സൽപ്രവൃത്തിക്കും വക പ്രാപിച്ചു തികഞ്ഞവൻ ആകേണ്ടതിന്നു." 2തിമ. 3:16

6. സത്യവേദപുസ്തകം സ്വർഗ്ഗത്തിൽ എന്നേയ്ക്കും ഇരിക്കുന്നതാകയാൽ അത് സത്യമാണ്.

- "യഹോവേ **നിന്റെ വചനം സ്വർഗ്ഗത്തിൽ എന്നേയ്ക്കും സ്ഥിരമായിരിക്കുന്നു**". സങ്കീ. 119:89

- "നിന്റെ **നീതിയുള്ള വിധികൾ എന്നേയ്ക്കുമുള്ളവ**"സങ്കീ. 119:160

- "നിന്റെ **സാക്ഷ്യങ്ങളെ എന്നേക്കും സ്ഥാപിച്ചിരിക്കുന്നു**" സങ്കീ. 119:152

7. കർത്താവായ യേശുക്രിസ്തുവിന്റെ സ്വർഗ്ഗത്തിലെ പേരാണ് ദൈവവചനം ആകയാൽ അത് സത്യമാണ്.

. "**അവനു ദൈവവചനം എന്ന് പേര് പറയുന്നു.**" വെളി. 19:13.

മുകളിൽ ഉദ്ധരിച്ച കാരണങ്ങളാൽ സത്യവേദപുസ്തകം സത്യമാണ്. അല്ലാതെ അതൊരു മതഗ്രന്ഥമല്ല. അതിലെ വചനങ്ങൾ എല്ലാവർക്കും വിശ്വസിക്കാൻ കൊള്ളാവുന്നതും എല്ലാ വരും വിശ്വസിക്കേണ്ടതുമാണ്.

" ഇതു വിശ്വാസ്യവും എല്ലാവർക്കും അംഗീകരിപ്പാൻ യോഗ്യവുമായി വചനം." 1 തിമെ. 4:9.

കാരണം *"ദൈവമാണ് വചനം. വചനമാണ് ദൈവം."(യോഹ.1:1 , 1:14)*

കഴിഞ്ഞ നാളുകളിൽ സംഭവിച്ചതും ഇന്നു സംഭവിച്ചുകൊണ്ടിരിക്കുന്നതും ഇനി സംഭവിക്കാൻ പോകുന്ന കാര്യങ്ങളും ഇതിനകത്ത് എഴുതിയിട്ടുണ്ട്. വള്ളി പുള്ളി മാറാതെ അതെല്ലാം ഇന്ന് സംഭ വിച്ചു കൊണ്ടിരിക്കുന്നു. ഇനിയും സംഭവിക്കും. (മത്താ. 5:18).

സത്യവേദപുസ്തകത്തിൽ എന്തു നാം അന്വേഷിച്ചാലും അത് കണ്ടെത്തും (മത്താ. 7:7). വെറുതെ വായിച്ചാൽ കണ്ടെത്തണമെന്നില്ല. നമുക്കു അറിയേണ്ടേത് അന്വേഷിച്ച് വായിച്ചാൽ അത് കണ്ടെത്തും. അവയിൽ ഒന്നും കാണാതിരിക്കയില്ല. എല്ലാം കാണും. (യെശ. 34:16). അങ്ങനെയെങ്കിൽ ദൈവത്തെ പ്രസാദിപ്പിക്കുന്നതെങ്ങനെയെന്നു നമുക്കു അന്വേഷിച്ച് വായിച്ച് കണ്ടുപിടിച്ച് ദൈവത്തെ പ്രസാദിപ്പിക്കാം.

ഈ ലോകത്തിലെ ഒരു മനുഷ്യനെ പ്രസാദിപ്പിക്കണമെങ്കിൽ ആ വ്യക്തിയുടെ ഇഷ്ടാനിഷ്ടങ്ങൾ മനസ്സിലാക്കി അപ്രകാരം പ്രവർത്തിക്കണം. ആയതുപോലെ ദൈവത്തെ പ്രസാ ദിപ്പിക്കണമെങ്കിൽ ദൈവത്തിന്റെ ഇഷ്ടങ്ങൾ ചെയ്യുകയും ഇഷ്ടമില്ലാത്ത കാര്യങ്ങൾ ചെയ്യാതിരി ക്കുകയും, ദൈവം വെറുക്കുന്നവ വെറുക്കുകയും വേണം.

ആകയാൽ ദൈവത്തെ പ്രസാദിപ്പിക്കാൻ ആഗ്രഹിക്കുന്ന വ്യക്തികൾ നിർബന്ധ മായും ദൈവത്തിന്റെ ഇഷ്ടാനിഷ്ടങ്ങൾ രേഖപ്പെടുത്തിയിരിക്കുന്ന ഗ്രന്ഥമായ സത്യവേദപു സ്തകം, ഗ്രന്ഥകർത്താവായ പരിശുദ്ധാത്മാവിന്റെ സഹായത്തോടെ വായിക്കുകയും, പഠിക്കുകയും പരിശുദ്ധാത്മാവിനെ അനുസരിച്ച് കൂടെ നടക്കുകയും (ഗലാ. 5:16, റോമ. 8:4.)കൂടെ വസിക്കുകയും വേണം. അപ്പോൾ ദൈവത്തിലുള്ളതും ദൈവത്തിന്റെ ഇഷ്ടാനിഷ്ടങ്ങളും അറിയാപ്പുറ്ന പരിശുദ്ധാ ത്മാവ് (1 കൊരി. 2:11) എന്ന കാര്യസ്ഥൻ (യോഹ. 14:26, 15:26, 14:16) നമ്മിൽ വസിച്ച് (റോമ. 8:9, യോഹ. 14:17, 1 കൊരി. 3:16.) കാര്യങ്ങൾ വെളിപ്പെടുത്തി തരും.

ഇന്നു അന്ത്യകാല സഭയിൽ ആയിരിക്കുന്ന പലരും പരിശുദ്ധാത്മാവിന്റെ സഹായം തേടാതെ തങ്ങൾക്കിഷ്ടമുള്ളതും തങ്ങൾക്കു പ്രിയപ്പെട്ടതുമായ കാര്യങ്ങൾ ചെയ്യുന്നതുകൊണ്ടാണ് ദൈവത്തെ പ്രസാദിപ്പിക്കാൻ സാധിക്കാത്തത്. എന്നാൽ **"ദൈവത്തെ പ്രസാദിപ്പിക്കുക"** എന്ന ലക്ഷ്യത്തോടെ ജീവിക്കുന്നവരെയാണ് അന്ത്യകാല ഉണർവ്വിന് ദൈവത്തിനാവശ്യം.

ആകയാൽ അന്ത്യകാല ഉണർവ്വിന്റെ നീർച്ചാലുകളായി തീരാൻ ആഗ്രഹിക്കുന്ന പ്രിയ സഹോദരങ്ങളെ, നമുക്കു പരിശുദ്ധാത്മാവിൽ വസിച്ചും പരിശുദ്ധാത്മാവിനോടുകൂടെ നടന്നും പരിശുദ്ധാത്മാവിന്റെ സഹായത്തോടെ ബൈബിൾ വായിച്ചും പഠിച്ചും ധ്യാനിച്ചും ദൈവ ത്തിന്റെ ഇഷ്ടാനിഷ്ടങ്ങളും ദൈവം വെറുക്കുന്നതുമായ കാര്യങ്ങൾ എന്തെന്നു മനസ്സിലാക്കി അതു ചെയ്ത് ദൈവത്തെ പ്രസാദിപ്പിക്കാം. അതിനായി ദൈവത്തിനിഷ്ടമുള്ളതും ദൈവം പ്രസാദി ക്കുന്നതുമായ കാര്യങ്ങളും ദൈവത്തിനിഷ്ടമില്ലാത്തതും ദൈവം വെറുക്കുന്നതുമായ കാര്യങ്ങളും എന്തൊക്കെയാണെന്ന് തുടർന്നുള്ള അദ്ധ്യായങ്ങളിലൂടെ മനസ്സിലാക്കാം.

അദ്ധ്യായം 1

ദൈവസ്നേഹം

ദൈവത്തെ പ്രസാദിപ്പിക്കാനുള്ള ഒന്നാമത്തെ ഘടകമാണ് ദൈവസ്നേഹം. ഈ ലോകത്തിലെ ഏറ്റവും വിലപ്പെട്ട സമ്മാനങ്ങളിൽ ഒന്നാണ് സ്നേഹം. യഥാർത്ഥ **സ്നേഹത്തിന്റെ വില ആർക്കും നിർണ്ണയിക്കാവുന്നതല്ല.** അന്ത്യകാല ഉണർവ്വിന്റെ ഒന്നാമത്തെ താക്കോൽ ദൈവസ്നേഹമായ **"അഗാപ്പെ സ്നേഹം"** ആണെന്ന് അന്ത്യകാല ഉണർവ്വിന്റെ താക്കോലുകൾ എന്ന ബുക്കിൽ പഠിച്ചല്ലോ? ദൈവത്തിന് സ്നേഹം ഉണ്ടെന്നല്ല. **"ദൈവമാണ് സ്നേഹം."** എന്ന് 1യോഹ. 4:8, 1 യോഹ. 4:16. എന്നീ വാക്യങ്ങളിൽ രേഖപ്പെടുത്തിയിരിക്കുന്നു. ദൈവസ്നേഹമായ **അഗാപ്പെ സ്നേഹത്തെ നശിപ്പിക്കാൻ ശക്തിയുള്ളതൊന്നും ഈ ലോകത്തിലില്ല.**

ദൈവം ഒരാളെ സ്നേഹിക്കുന്നത് ആ വ്യക്തിയുടെ യോഗ്യത നോക്കിയല്ല, സ്നേഹിക്കുന്ന ദൈവത്തിന്റെ യോഗ്യത നോക്കിയാണ്. ആകയാൽ ദൈവം നല്ലവരെയും, ദുഷ്ടന്മാരെയും, പാപികളെയും, സ്നേഹിക്കുന്നു.(മത്താ. 5:45) എല്ലാവർക്കും നല്ലവനായിരിക്കുന്നു. (ലൂക്കൊ. 6:35) ദൈവത്തെ വെറുക്കുന്നവർക്കും, ദൈവം ഇല്ലായെന്നു പറയുന്നവർക്കും, ദൈവത്തെ തള്ളിപ്പറയുന്നവർക്കും അവരുടെ ജീവൻ നിലനിൽക്കുന്നതിന് അത്യാവശ്യമായ പ്രാണവായുവായ ഓക്സിജൻ തുടങ്ങി, എല്ലാ നന്മകളും അനുഗ്രഹങ്ങളും കൊടുക്കുന്ന ദൈവമാണ് സ്നേഹമായ ഏക സത്യദൈവം. (യോഹ. 17:3). ആ ദൈവം തനിക്ക് സ്നേഹം ഉണ്ടെന്നു പറയുകയല്ല ചെയ്തത് അത് വെളിപ്പെടുത്തി കാണിച്ചു. ദൈവത്തിന്റെ സ്നേഹം പൂർണ്ണമായി വെളിപ്പെട്ടത് കർത്താവായ യേശുക്രിസ്തുവിന്റെ ക്രൂശിലെ മരണത്തിലാണ്.

1) പിതാവാം ദൈവം തന്റെ എകജാതനായ പുത്രനെ തന്ന് നമ്മോടുള്ള സ്നേഹം വെളിപ്പെടുത്തി. 1 യോഹ. 4:14, യോഹ. 3:16 , 1 യോഹ. 4:10

2) പുത്രനായ ക്രിസ്തു സ്വന്തം ജീവൻ തന്ന് തന്റെ സ്നേഹം വെളിപ്പെടുത്തി (ഗലാ. 1:3 , 1യോഹ. 2:2) .യേശു മരിച്ചത് പാപികൾക്കുവേണ്ടിയാണ്. ദൈവത്തിന്റെ ദൃഷ്ടിയിൽ എല്ലാവരും **പാപികളാണ്.**(1 രാജ. 8:46, 2 ദിന 6:36, സഭാ. 7:20, റോമ.3:10) ആകയാൽ യേശു മരിച്ചത് എല്ലാവർക്കും വേണ്ടിയാണ്. (1 യോഹ. 2:2)

വഞ്ചനയും തിന്മയും ഒട്ടും ഇല്ലാത്ത യേശുവിന്റെ (1 പത്രൊ. 2:22, 2കൊരി 5:23, യെശ. 53:9, 1 യോഹ. 3:5) അഗാപ്പെ സ്നേഹം വെളിപ്പെട്ടത് ക്രൂശിൽ മാത്രമല്ല. ജീവിതത്തിന്റെ എല്ലാ അനുകൂല പ്രതികൂല സാഹചര്യങ്ങളിലും എന്നും എപ്പോഴും യേശു അത് വെളിപ്പെടു ത്തിക്കൊണ്ടേയിരുന്നു. ഇന്നും വെളിപ്പെടുത്തികൊണ്ടിയിരിക്കുന്നു. അതിനടിസ്ഥാനമായ ചില സംഭവങ്ങൾ ചുവടെ ചേർക്കുന്നു.

- യൂദ വന്നത്, തന്നെ കാണിച്ചുകൊടുക്കാൻ ആണെന്ന് അറിഞ്ഞുകൊണ്ടുതന്നെ യേശു യൂദയെ നോക്കി വിളിച്ചത് **"സ്നേഹിതാ"** എന്നാണ്. (മത്താ. 26:50)

- മൂന്നു പ്രാവശ്യം തന്നെ തള്ളിപ്പറയുകയും പ്രാകുകയും ചെയ്ത **പത്രൊസിനെ** മടക്കിക്കൊണ്ടുവന്ന് തള്ളിപ്പറഞ്ഞ അതേ നാവുകൊണ്ടു തന്നെ മൂന്നു പ്രാവശ്യം ഏറ്റു പറയിപ്പിച്ച് മറ്റരെയും ഏല്പിക്കാത്ത ഉത്തരവാദിത്തങ്ങൾ ഏല്പിച്ചു. (യോഹ 21:15-17)

- പിന്മാറ്റത്തിൽ പോയ **ശിഷ്യന്മാരെത്തേടി** യേശു തിബെര്യാസ് കടൽക്കരെയിലേക്ക് പോയി, **"കുഞ്ഞുങ്ങളേ"** എന്നു വിളിച്ചു. (യോഹ. 21:5)

3) പരിശുദ്ധാത്മാവാം ദൈവം നമ്മോടു കൂടെയിരുന്നും, കൂടെ വസിച്ചും (യോഹ. 14:17, 1കൊരി.3:16) സകല സത്യത്തിലും വഴി നടത്തിയും (യോഹ. 14:16 യോഹ. 15:26) സകലവും ഉപ ദേശിച്ചും (യോഹ. 14:26, 1 യോഹ. 2:27, 1 കൊരി. 2:27, 1കൊരി. 2:13) സംരക്ഷിച്ചും (എഫെ. 1:14, 2കൊരി.1:22, 1 കൊരി. 5:5) പാപബോധം തന്നും (യോഹ. 16:8, യോഹ. 14:26, യൂദ. 24) അവിടുത്തെ സ്നേഹം വെളിപ്പെടുത്തുന്നു. അവസാനമായി നമ്മെ മരണത്തിൽ നിന്നും ഉയർപ്പിക്കുന്നതും ഇതേ പരിശുദ്ധാത്മാവ് തന്നെയാണ് (റോമ. 8:11, 1 കൊരി. 6:14, 2 കൊരി. 4:14)

ഒരു ഉറ്റ സ്നേഹിതനു മാത്രമേ ബലഹീനതകളും കുറവുകളുമുള്ള നമ്മോടുകൂടെ ഇരിക്കാനും, വസിക്കാനും ,നടക്കാനും സാധിക്കുകയുള്ളൂ.

ചുരുക്കി പറഞ്ഞാൽ   പിതാവാം ദൈവം തന്റെ ഏകജാതനായ പുത്രനെ പാപികളായ നമുക്കു വേണ്ടി നൽകി തന്റെ സ്നേഹത്തെ വെളിപ്പെടുത്തി.   പുത്രനായ കർത്താവായ യേശുക്രിസ്തു കാൽവറി ക്രൂശിൽ നമുക്കു വേണ്ടി മരിച്ച് തന്റെ സ്നേഹത്തെ വെളിപ്പെടുത്തി. പരിശുദ്ധാ ത്മാവാം ദൈവം നമ്മോടുകൂടെയിരുന്ന് സകല സത്യത്തിലും വഴി നടത്തി നമ്മോടുള്ള സ്നേഹത്തെ വെളിപ്പെടുത്തുന്നു.

നമ്മുടെ മാതൃകയായ കർത്താവായ യേശുക്രിസ്തു (1 പത്രൊ. 2:21) ഒന്നാമതായി തന്റെ   സ്നേഹം   വെളിപ്പെടുത്തിയത്   പിതാവാം   ദൈവത്തോടാണ്.   പൂർണ്ണ അനുസരണത്തിലൂടെയും, ദൈവഹിതം പൂർണ്ണമായി നിറവേറ്റിയുമാണത് വെളിപ്പെടുത്തിയത്.

1..   ക്രൂശിൽ   മരിക്കാനാണ്   പിതാവാം   ദൈവം   തന്നെ   ഈ   ലോകത്തിലേക്ക് അയക്കുന്നതെന്നു(യോഹ. 3:16) മനസ്സിലാക്കിക്കൊണ്ടുതന്നെയാണ് യേശു തന്റെ ദൈവത്വത്തെ മാറ്റിവച്ച് ദാസരൂപം എടുത്ത് മനുഷ്യസാദൃശ്യത്തിലായി ഒരു ദാസനായി ഈ ലോകത്തിലേക്ക് വന്ന് പൂർണ്ണ അനുസരണം വെളിപ്പെടുത്തിയത്. (ഫിലി. 2:6-9).

2. താൻ ഈ ലോകത്തിലേക്ക് വന്നത് തന്റെ ഇഷ്ടം ചെയ്യാനല്ല, അയച്ച പിതാവിന്റെ ഇഷ്ടം ചെയ്യാനാണെന്ന്   യേശു   പറഞ്ഞു.(യോഹ 6:38, എബ്രാ. 10:7, യോഹ. 4:34, യോഹ.8:29).ജീവിതത്തിൽ ഗത്ശെമന വന്നപ്പോഴും ക്രൂശ് വന്നപ്പോഴും യേശു തന്റെ മനസ്സ് മാറ്റാതെ   പിതാവാം   ദൈവത്തിന്റെ   ഹിതം   നിറവേറ്റി   പിതാവിനോടുള്ള   സ്നേഹം വെളിപ്പെടുത്തി.അങ്ങനെ യേശു പിതാവാം ദൈവത്തെ പ്രസാദിപ്പിച്ചു.

ആകയാൽ പ്രിയരെ, നമ്മുടെ മാതൃകയായ കർത്താവായ യേശു ക്രിസ്തുവിനെ പോലെ നമുക്കും ദൈവ കല്പനകളെ പൂർണ്ണമായി അനുസരിച്ചും ദൈവഹിതം പൂർണ്ണമായി നിറവേറ്റിയും നമ്മുടെ ജീവിതകാലം മുഴുവനും എന്നും എപ്പോഴും ദൈവസ്നേഹം വെളിപ്പെടുത്തി പിതാവാം ദൈവത്തെ പ്രസാദിപ്പിക്കാം.

ദൈവത്തെ   സ്നേഹിക്കണം   എന്നത്   ഒന്നാമത്തേതും   ഏറ്റവും   വലുതും മുഖ്യമായതുമായ കല്പനയാണ്. (മർക്കൊസ് 12:30, മത്തായി 22:37, ലൂക്കൊസ് 10:27) ആ ദൈവസ്നേഹം   വെളിപ്പെടുത്തുന്നത്   ദൈവ   കല്പനകളെ അനുസരിക്കുന്നതിലൂടെയും.(യോഹ.5:3,   യോഹ. 14:15, 2 യോഹ: 6.) ദൈവത്തെ ആരാധിക്കുന്നതിലൂടെയുമാണ്.   സ്നേഹത്തിന്റെ   ഉന്നതഭാവമാണ്   ആരാധന.നമ്മെയും നമുക്കുള്ളതിനെയും പൂർണ്ണമായി ദൈവത്തിനും ദൈവീക കാര്യങ്ങൾക്കുവേണ്ടിയും സമർപ്പിച്ച് ആരാധിക്കണം.(റോമ. 12:1) അതിനൊരു വിലയുണ്ട്. ഒരു വേദനയുണ്ട്. കാരണം, ആരാധന ഒരു ആത്മീയ യാഗമാണ് (1പത്രൊ. 2:5). യേശുക്രിസ്തുവിനെപ്പോലെ ആകാനുള്ള ശ്രമമാണ് ആരാധന. ക്രിസ്തുവെന്ന തലയോളം സകലത്തിലും വളരണം. (എഫെ. 4:15) എന്നത് നമ്മെക്കുറിച്ചുള്ള ദൈവഹിതവുമാണ്. ആകയാൽ നമ്മുടെ പരമ പ്രധാനമായ ലക്ഷ്യം "ക്രിസ്തുവിനെപ്പോലെ ആകുക" എന്നതു മാത്രമായിരിക്കട്ടെ. അതിനായി നമ്മുടെ ഇഷ്ടങ്ങ ളെല്ലാം മാറ്റിവച്ച് ദൈവയിഷ്ടം നമ്മുടെ ഇഷ്ടമായി ഏറ്റെടുത്ത് മുന്നേറാം. (സങ്കീ. 143:10)

കർത്താവായ യേശുക്രിസ്തു പറഞ്ഞ രണ്ടാമത്തെ കൽപന "കൂട്ടുകാരനെ (മറ്റുള്ളവരെ) നമ്മെപ്പോലെ തന്നേ സ്നേഹിക്കണം" (മർ. 12:31) എന്നാണ്. അതിനായി നാം തമ്മിൽ തമ്മിൽ സ്നേഹിക്കണം (യോഹ. 15:17, യോഹ. 15:12, യോഹ 13:34), ശത്രുക്കളെയും സ്നേഹിക്കണം (ലൂക്കൊ. 6:35, മത്താ. 5:44) ആ സ്നേഹം വെളിപ്പെടുത്തണം.

നാം പലപ്പോഴും ശത്രുക്കളായി കാണുന്നത് മനുഷ്യരെയാണ്. എന്നാൽ മനുഷ്യരാരും നമ്മുടെ ശത്രുക്കളല്ല. ആത്മാവായ   സാത്താൻ മനുഷ്യരിലൂടെ   പ്രവർത്തിക്കുന്നുവെന്നേയുള്ളൂ. അതുകൊണ്ടാണ്   നാം   ശത്രുക്കളെ   സ്നേഹിക്കണം,നമ്മെ   പകെക്കുന്നവർക്കു   ഗുണം ചെയ്യണം,നമ്മെ   ശപിക്കുന്നവരെ   അനുഗ്രഹിക്കണം,ദുഷിക്കുന്നവർക്കുവേണ്ടി പ്രാർത്ഥിക്കണം(ലൂക്കൊ 6:27, 28) എന്ന് ദൈവം പറഞ്ഞത്.

നമ്മെ   സ്നേഹിക്കുന്നവരെ   സ്നേഹിക്കുന്നതു   കൊണ്ടും   നമുക്കു   നന്മ ചെയ്യുന്നവർക്കു   നന്മ   ചെയ്തതുകൊണ്ടും   നമുക്കൊരു   ഉപഹാരവും   ഇല്ല.   കാരണം ,രക്ഷിക്കപ്പെടാത്തവരും   അങ്ങനെ ചെയ്യുന്നുണ്ട് (ലൂക്കൊ 6:32-34) .നാം മറ്റുള്ളവരിൽ നിന്നും തികച്ചും വ്യത്യസ്തരായിരിക്കണം.

"തിന്മയോട് തോൽക്കാതെ നന്മയാൽ തിന്മയെ ജയിക്കണം."റോമ 12:21

കൊടുക്കുക എന്നത് ദൈവസ്നേഹം വെളിപ്പെടുത്തുന്ന മറ്റൊരു മേഖലയാണ്. ദൈവസ്നേഹത്തിന്   ഇംഗ്ലീഷ്   ബൈബിളിൽ   ആലേഖനം   ചെയ്തിരിക്കുന്നത്   **"ചാരിറ്റി"** (പരോപകാരം, അൻപ്, ദാനം, ധർമ്മം) (1 കൊരിന്ത്യർ 13, ഗലാ 5:22) എന്നാണ്. അതിനായി....

1. **സമയം കൊടുക്കണം:** നാം   മറ്റുള്ളവരുമായി കുറച്ചു സമയം ചിലവഴിക്കുമ്പോൾ അവരുടെ ഭാരം കുറയുകയും   നമ്മിലുള്ള സ്നേഹമാകുന്ന ദൈവം അവരുടെ ഉള്ളിലേക്ക്   പ്രവേശിക്കുകയും   അവരെ   മാനസാന്തരത്തിലേക്ക്   നയിക്കുകയും ചെയ്യും.

2. **ആരോഗ്യവും   പണവും   കൊടുക്കണം:** ദൈവത്തിന്റെ   കൈപ്പണിയായ   നാം സൽപ്രവൃത്തികൾക്കായിട്ടു   ക്രിസ്തുയേശുവിൽ   സൃഷ്ടിക്കപ്പെട്ടവരാണ്. (എഫെ2:10)   ആകയാൽ   ദൈവസ്നേഹം   നമ്മുടെ   ദാനങ്ങളിലൂടെയും ധർമ്മങ്ങളിലൂടെയും വെളിപ്പെടുത്തണം.

അപ്രകാരം   വെളിപ്പെടുത്തിയില്ലായെങ്കിൽ   നിത്യത   തന്നെ   നഷ്ടപ്പെടാൻ സാദ്ധ്യതയുണ്ടെന്ന് മത്തായി 25 ന്റെ 31 മുതൽ 46 വരെയുള്ള വാക്യങ്ങൾ വെളിപ്പെടുത്തുന്നു. ആകയാൽ അപ്പെ. 10:38 ൽ യേശു നന്മ ചെയ്തതുപോലെ നമുക്കും നന്മ ചെയ്യാം.

അവസാനമായി മനസ്സിലാക്കുക, അഗാപ്പെ സ്നേഹമുള്ളവർ ഏത് ഉത്തരവാദിത്തവും ഏറ്റെടുക്കാൻ തയ്യാറാകുകയയം മറ്റാരെയും എൽപ്പിക്കാത്ത ഉത്തരവാദിത്തങ്ങൾ ദൈവം അവരെ ഏൽപ്പിക്കുകയും ചെയ്യും. അതിനുള്ള ഉത്തമ ഉദാഹരണങ്ങളാണ് യേശുവിന്റെ   ശിഷ്യന്മാരായ പത്രൊസും യോഹന്നാനും...

a) യേശു തന്റെ മാതാവിനെ സംരക്ഷിക്കാനുള്ള വലിയ   ഉത്തരവാദിത്തം മറ്റാരെയും ഏൽപ്പിക്കാതെ തന്നെ സ്നേഹിച്ച് എപ്പോഴും തന്റെ മാർവ്വിൽ ചാരിയിരുന്നവനും,   താൻ സ്നേഹിച്ചവനുമായ യോഹന്നാനെ (യോഹ. 13:23, യോഹ. 21:7, യോഹ. 19: 26) ഏൽപ്പിച്ചു.

"യേശു തന്റെ അമ്മയും താൻ സ്നേഹിച്ച ശിഷ്യനും നിൽക്കുന്നത് കണ്ടിട്ട: സ്ത്രീയേ, ഇതാ, നിന്റെ മകൻ എന്ന് അമ്മയോടു പറഞ്ഞു." യോഹ. 19: 26,

"പിന്നെ ശിഷ്യനോട്: ഇതാ, നിന്റെ അമ്മ എന്നു പറഞ്ഞു. ആ നാഴികമുതൽ ആ ശിഷ്യൻ അവളെ തന്റെ വീട്ടിൽ കൈക്കൊണ്ടു." യോഹ. 19: 27

b) യേശുവിനോടുകൂടെ തടവിലാകാനും മരിക്കാനും വരെ തയ്യാറായിരുന്ന പത്രൊസ്, സാഹചര്യത്തിന്റെ തള്ളലിൽ മൂന്നു പ്രാവശ്യം യേശുവിനെ തള്ളിപ്പറഞ്ഞുവെങ്കിലും, മൂന്നു ചോദ്യങ്ങൾ ചോദിച്ച് താൻ മറ്റെന്തിനേക്കാളും മറ്റാരേക്കാളും തന്നെ സ്നേഹിക്കുന്നുവെന്ന് ഉറപ്പു വരുത്തിയ യേശു സർവ്വലോകത്തേക്കാളും വിലയേറിയ ആത്മാക്കളെ മേയ്ക്കാനുള്ള വലിയ ഉത്തരവാദിത്തം പത്രൊസിനെ ഏൽപ്പിച്ചു.

1. കുഞ്ഞാടുകളെ മേയ്ക്കുക. യോഹ 21:15

2. ആടുകളെ പാലിക്കുക (യോഹ. 21:16)

3. ആടുകളെ മേയ്ക്കുക (യോഹ 21:17). ആത്മാക്കളെയാണ് ദൈവം ഇവിടെ ആടുകളോട് ഉപമിച്ചിരിക്കുന്നത്.

പ്രിയ സഹോദരങ്ങളെ , സ്നേഹം പ്രകടിപ്പിക്കാൻ മനുഷ്യർക്കു മാത്രം ദൈവം നൽകിയിരിക്കുന്ന ഒരു ഉപാധിയാണ് 'ചിരി'.

ലോകത്തിൽ നൂറുകണക്കിനു ഭാഷകൾ ഉണ്ടെങ്കിലും ഒരു പുഞ്ചിരി അവരോടെല്ലാം സംസാ രിക്കും.

"There are hundreds of languages around the world, but a smile speaks them all."

ചില അവസരങ്ങളിൽ, സഭയിൽ പുതുതായി കടന്നുവരുന്ന വ്യക്തിനിൻ ,കൂട്ടായ്മയിൽ വെളിപ്പെട്ട ദൈവസ്നേഹത്താൽ ആകർഷിക്കപ്പെട്ട് ദൈവമക്കളായി മാറിയ സംഭവങ്ങൾ ഞാൻ കേട്ടിട്ടുണ്ട്. അവയിൽ ചില അനുഭവങ്ങൾ നിങ്ങളുമായി പങ്കുവയ്ക്കട്ടെ.

1. ഒരിക്കൽ ഒരു സഹോദരി തന്റെ കൂട്ടുകാരിയ്യോടുകൂടെ പ്രാർത്ഥന കാണാൻ പോയി. അവിടെ ചെന്നപ്പോൾ ഭയങ്കര ശബ്ദമായതിനാൽ തിരിച്ചുപോകാൻ തീരുമാനിച്ചു. അടുത്തിരിക്കുന്ന സഹോദരി തന്നെ കാണുന്നുണ്ടോ എന്നറിയാൻ അവരുടെ മുഖത്തേക്ക് നോക്കി. അപ്പോൾ അവരുടെ മുഖപ്രകാശം കണ്ട സഹോദരി അത്ഭുത സ്തബ്ധയായിപ്പോയി. ആ മുഖപ്രകാശം ആ സഹോദരിയെ മാനസാന്തരത്തിലേക്കു നയിച്ചു.

2. ഒരു ദൈവദാസന്റെ നിരന്തരമായ ചിരിയിലൂടെ പല വ്യക്തികൾ സഭയിൽ കടന്നു വന്നതായി ഞാൻ കേട്ടിട്ടുണ്ട്. ഇന്നും അങ്ങനെ സംഭവിക്കുന്നുണ്ട്. കാരണം, അഭിക്ഷിക്തരുടെ ചിരിയ്ക്ക് ആത്മാക്കളെ മാനസാന്തരത്തിലേക്ക് നയിക്കാനുള്ള ശക്തിയുണ്ട്.

ദൈവസ്നേഹം എന്ന താക്കോലുള്ളവർ ഒന്നു നോക്കിയാൽ, ചിരിച്ചാൽ, സംസാരിച്ചാൽ അവരിലൂടെ ദൈവ സ്നേഹം വെളിപ്പെടുകയും ആ ദൈവസ്നേഹത്താൽ അവരുടെ ആത്മീയ കണ്ണുകൾ തുറക്കപ്പെടുകയും അവരിലുള്ള യേശുവിനെ അവർ കാണുകയും രക്ഷയിലേക്ക് കടന്നു വരികയും ചെയ്യും. അതാണ് ഉണർവ്.

യേശുവിന്റെ പരസ്യ ശുശ്രൂഷാകാലത്ത് യേശുവിന്റെ ഒരു നോട്ടം പലരെയും മാനസാന്തരത്തിലേക്ക് നടത്തി. രോഗസൗഖ്യങ്ങൾ കൊടുത്തു. പിന്മാറ്റത്തിൽ നിന്നും മടക്കി വരുത്തിയെന്ന് ബൈബിളിൽ രേഖപ്പെടുത്തിയിരിക്കുന്നു.

"അഭിക്ഷിക്തർ ചലിക്കുമ്പോൾ അഭിഷേകം ചലിക്കും."

കഴിഞ്ഞ തലമുറകളിലെ സഭകളിലും കൂട്ടായ്മകളിലും വെളിപ്പെട്ട ദൈവസ്നേഹവും സന്തോഷവും സമാധാനവും അന്ത്യകാല സഭകളിൽ കാണുന്നില്ല. പലതും ക്ലബ്ബുകളായി തീർന്നു കൊണ്ടിരിക്കുന്നു. ആർക്കും പരസ്പരം സംസാരിക്കാനും സ്നേഹിക്കാനും സമയമില്ല. എല്ലാ വരും തിരക്കിലാണ്. സോഷ്യാ മീഡിയകളിലാണ്.

മറ്റാരെക്കാളും മറ്റെന്തിനെക്കാളും സ്വന്തജീവനെക്കാളും യേശുവിനെ സ്നേഹിക്കാൻ തയ്യാ റുള്ളവരെയും, രക്തസാക്ഷിയാകേണ്ടി വന്നാലും യേശുവിനെ സ്നേഹിക്കുന്നതിൽ ഒരു കുറവും കാണിക്കുകയില്ലായെന്നും, വിശ്വാസത്തിൽ നിന്നും പിന്മാറുകയില്ലായെന്നും, മുന്നോട്ടു വച്ച കാൽ പിന്നോട്ട് എടുക്കുകയില്ലായെന്നും തീരുമാനിച്ച് പൂർണ്ണമായി ദൈവകരങ്ങളിൽ സമർപ്പി ക്കുന്നവരെയുമാണ് ദൈവത്തിനാവശ്യം. അപ്രകാരം യേശുവിനെ സ്നേഹിക്കുന്നവർ തീർച്ച

യായും മറ്റുള്ളവരെയും സ്നേഹിക്കും. അവരുടെ കൈകളിലാണ് മറ്റാരെയും ഏല്പിക്കാത്ത ഉത്ത രവാദിത്തങ്ങൾ ഏല്പിക്കുന്നത്.

"കലപ്പയ്ക്കു കൈ വച്ചശേഷം പുറകോട്ടു നോക്കുന്നവൻ ആരും ദൈവരാജ്യത്തിനു കൊള്ളാവുന്നവനല്ല".ലൂക്കൊ. 9:62

ആകയാൽ ദൈവം ഏൽപ്പിക്കുന്ന ഉത്തരവാദിത്തങ്ങൾ ഏറ്റെടുത്തുകൊണ്ട്, ദൈവസ്നേഹ മെന്ന താക്കോലുമായി നമ്മുടെ പ്രാണനെ വിലയേറിയതായി കാണാതെ യേശു പോയതുപോലെ പാപികളുടെയും രോഗികളുടെയും സമൂഹം വെറുത്തവരുടെയും ഒറ്റപ്പെട്ടവരുടെയും മുറിവേറ്റവരു ടെയും ആശ്വാസമില്ലാത്തവരുടെയും അടുത്തേക്ക് ഇറങ്ങിച്ചെല്ലാം. അവരോട് സംസാരിക്കാം. അവരുടെ ഭാരങ്ങൾ ഏറ്റെടുക്കാം. (ഗലാ. 6:2) അവർക്കു വേണ്ടി പ്രാർത്ഥിക്കാം (യാക്കോ. 5:16). ദൈവം അത്ഭുതങ്ങൾ ചെയ്യും.

നമ്മെ സ്നേഹിക്കുന്നവരെ മാത്രമല്ല, നമുക്കെതിരായി തിന്മ പറയുന്നവരെയും, തിന്മ പ്രവർത്തിക്കുന്നവരെയും, ഉപദ്രവിക്കുന്നവരെയും തുടർച്ചയായി കുത്തിവേദനിപ്പിക്കുന്നവരെയും ഒരുപോലെ സ്നേഹിച്ചും അവർക്കു നന്മ ചെയ്തും ആപത്ഘട്ടങ്ങളിൽ സഹായിച്ചും വാക്കിലൂടെയും നോട്ടത്തിലൂടെയും പ്രവൃത്തികളിലൂടെയും ജീവിതത്തിലൂടെയും നമ്മുടെ സ്നേഹത്തെ വെളിപ്പെടുത്തിയും വ്യത്യസ്തരായി ജീവിക്കാം. **അപ്പോൾ പ്രസംഗം കേട്ടിട്ടും പ്രവചനം കേട്ടിട്ടും ബൈബിൾ വായിച്ചിട്ടും തുറക്കാത്ത കുരുട്ടുക്കണ്ണുകൾ തുറക്കപ്പെടുകയും നമ്മിലുള്ള യേശുവിനെ അവർ കാണുകയും നിങ്ങൾ ആരാധിക്കുന്ന ദൈവത്തെ ആരാധിക്കാൻ ഞങ്ങളും വരുന്നുവെന്നു പറഞ്ഞുകൊണ്ട് ആത്മാക്കൾ ക്രിസ്തുവിങ്കലേക്ക് മടങ്ങിവരികയും ചെയ്യും.**(സെഖ.8:23) ഇതുവരെയും ആരും കണ്ടിട്ടില്ലാത്ത, കേട്ടിട്ടില്ലാത്ത, ആരുടെയും ഹൃദയ ത്തിൽ തോന്നിയിട്ടില്ലാത്ത, ഒരു പുസ്തകത്തിലും വായിച്ചിട്ടില്ലാത്ത ആത്മാക്കളുടെ കൊയ്ത് കാണാൻ സാധിക്കും. അതാണ് ഉണർവ്. ദീർഘക്ഷമ എന്ന ആത്മാവിന്റെ ഫലം ഉള്ളവർക്കേ അത് സാധിക്കുകയുള്ളൂ. എന്നാൽ ക്ഷമിക്കാത്ത ഹൃദയം ഉള്ളവരിലൂടെ കയ്പ്പുള്ള വേര് മുളച്ച് കലക്കമുണ്ടാക്കി, അനേകരെ മലിനപ്പെടുത്തുകയും ദൈവത്തിൽ നിന്ന് അകറ്റുകയും ചെയ്യും. (എബ്രാ. 12:15.) അവിടെ വെളിപ്പെടുന്നത് സ്നേഹമല്ല .അപ്രകാരമുള്ളവരെ ദൈവത്തിന് ഉപയോ ഗിക്കാൻ കഴിയുകയില്ല. ആകയാൽ...

"സ്നേഹം ആചരിപ്പാൻ ഉത്സാഹിക്കാം" 1കൊരി.14:1

"നാം ചെയ്യുന്നതെല്ലാം സ്നേഹത്തിൽ ചെയ്യാം." 1 കൊരി. 16:14

അദ്ധ്യായം 2

ഐക്യത

അന്ത്യകാല ഉണർവ്വിന്റെ താക്കോലായ ഐക്യതയിൽ ദൈവം പ്രസാദിക്കുന്നുവെന്ന് തിരുവചനം വ്യക്തമാക്കുന്നു. ഉല്പത്തിയുടെ ആരംഭത്തിൽ ബഹുവചന വാക്കുകളായ "നാം", "നമ്മുടെ" (ഉല്പ. 1:26) തുടങ്ങിയ വാക്കുകൾ ഉപയോഗിച്ചിരിക്കുന്നതിനാൽ ത്രിത്വത്തിൽ വെളിപ്പെടുന്ന ഒരു ഐക്യത കാണാൻ സാധിക്കും. സങ്കീർത്തനങ്ങൾ 133 ൽ ഐക്യ തയിൽ ഒഴുകുന്ന അഭിഷേകത്തെ (പരിശുദ്ധാത്മാവിനെ)കുറിച്ച് രേഖപ്പെടുത്തിയിരിക്കുന്നു. ഐക്യത ഉള്ളിടത്ത് മാത്രമേ പരിശുദ്ധാത്മാവ് ഇറങ്ങുകയും വസിക്കുകയും ചലിക്കുകയും ചെയ്യുകയുള്ളൂ എന്ന് "അന്ത്യകാല ഉണർവ്വിന്റെ താക്കോലുകൾ" എന്ന ഗ്രന്ഥത്തിൽ നാം ദൈവ വചന അടിസ്ഥാനത്തിൽ മനസ്സിലാക്കിയല്ലോ?

ബൈബിളിൽ ക്രിസ്തുവിനെ തലയോടും മണവാട്ടി സഭയെ ശരീരത്തോടും ഉപമിച്ചിരിക്കുന്നു.

"ക്രിസ്തു ശരീരത്തിന്റെ രക്ഷിതാവായി സഭയ്ക്കു തലയാകുന്നതുപോലെ ഭർത്താവ് ഭാര്യയ്ക്കു തലയാകുന്നു." എഫെ. 5:23,

"അവൻ സഭ എന്ന ശരീരത്തിന്റെ തലയും ആകുന്നു" കൊലൊ. 1:18.

"സ്നേഹത്തിൽ സംസാരിച്ചുകൊണ്ട് ക്രിസ്തു എന്ന തലയോളം സകലത്തിനും വളരുവാൻ ഇടയാകും." എഫെ. 4:15

ഒരു വ്യക്തിയുടെ തലയും ശരീരത്തിലെ എല്ലാ അവയവങ്ങളും തമ്മിൽ ചേർന്നിരിക്കുമ്പോൾ ജീവന് ആധാരമായ രക്തം (ലേവ്യ 17:11,14) ഓടുകയും ആ വ്യക്തി ചലിക്കുകയും പ്രവർത്തിക്കുകയും ചെയ്യുന്നതുപോലെ, **ആത്മാക്കളെ ജീവിപ്പിക്കുന്ന പരിശുദ്ധാത്മാവ്** (യെഹ.37:14, യെഹ. 47:9) ഒഴുകണമെങ്കിൽ ക്രിസ്തുവാകുന്ന തലയും ശരീരമാകുന്ന മണവാട്ടി സഭയിലെ അംഗങ്ങളായ എല്ലാ അവയവങ്ങളും തമ്മിൽ ചേർന്നിരിക്കണം. അതാണ് ഐക്യത (എഫെ 5:23, കൊലൊ 1:18).

ദൈവമക്കളായ നാം ഓരോരുത്തരും തമ്മിലും ദൈവദാസന്മാരുമായും ക്രിസ്തുവുമായും ബന്ധപ്പെട്ടിരുന്ന് ഐക്യതയോടും ഒരു മനസ്സോടും കൂടെ പ്രവർത്തിക്കുമ്പോൾ അകത്തെ മനു ഷ്യന്റെ ജീവന് ആധാരമായ പരിശുദ്ധാത്മാവ് ചലിക്കുകയും നാളുകളായി ,തലമുറകളായി ദൈവ സഭകളിൽ ചത്തു കിടക്കുന്ന അമാനുഷികമായ ദൈവപ്രവൃത്തികളും ആത്മാക്കളും ജീവൻ പ്രാപിക്കുകയും ചെയ്യും.

"നിങ്ങൾ ജീവിക്കേണ്ടതിനു ഞാൻ എന്റെ ആത്മാവിനെ നിങ്ങളിൽ ആക്കും." യെഹ. 37:14

"എന്നാൽ ഈ നദി ചെന്ന് ചേരുന്നിടത്തൊക്കെയും ചലിക്കുന്ന സകല പ്രാണികളും ജീവിച്ചിരിക്കും." യെഹ. 47:9.

"നിങ്ങളിൽ വസിക്കുന്ന തന്റെ ആത്മാവിനെക്കൊണ്ടു നിങ്ങളുടെ മർത്യശരീരങ്ങളെയും ജീവി പ്പിക്കും." റോമ. 8:11

ഈ ലോകത്തിലെ തന്റെ പൗരോഹിത്യ പ്രാർത്ഥനയിൽ നമ്മുടെ ഐക്യതയ്ക്കുവേണ്ടി പ്രാർത്ഥിച്ചു തുടങ്ങിയ യേശു (യോഹ. 17:21) ഇന്നും പിതാവാം ദൈവത്തിന്റെ വലത്തുഭാഗത്തി രുന്നു നമ്മുടെ ഐക്യതയ്ക്കുവേണ്ടി മദ്ധ്യസ്ഥം വഹിച്ചു പ്രാർത്ഥിച്ചുകൊണ്ടിരിക്കുന്നു. (എബ്രാ.12:2, സങ്കീ. 110:1)

. എന്നാൽ ഇന്നും അന്ത്യകാല സഭയിൽ സംഘടന പറഞ്ഞും, ജാതി പറഞ്ഞും, ഉപദേശം പറഞ്ഞും, വർണ്ണം പറഞ്ഞും, വിദ്യാഭ്യാസം പറഞ്ഞും അതിർവരമ്പുകൾ വച്ച് നെൽ പാടങ്ങൾ വേർതിരിക്കുന്നതുപോലെ അദൃശ്യമായ പല അതിർ വരമ്പുകളും വെട്ടിക്കൊണ്ടിരിക്കുന്നതായി നമുക്കു മനസ്സിലാക്കാൻ സാധിക്കും.

ഐക്യതയ്ക്ക് തടസ്സമായി നിൽക്കുന്ന മറ്റൊരു ഘടകം അഹങ്കാരമാണ്/ നിഗളമാണ് അഥവാ ഞാൻ എന്ന ഭാവമാണ്. ഒരു ദൈവദാസൻ അഹങ്കാരത്തെക്കുറിച്ച് പറഞ്ഞത് ഇപ്രകാരമാണ്. **"മറ്റുള്ളവർക്ക് ഇല്ലാത്തത് എന്തോ എനിക്ക് ഉണ്ട് എന്ന തോന്നലാണ് അഹങ്കാരം".** എന്നാൽ മറ്റു ള്ളവരെ നമ്മെക്കാൾ ശ്രേഷ്ഠൻ എന്നു എണ്ണുമ്പോൾ വെളിപ്പെടുന്നതാണ് ഐക്യത. അതുകൊ ണ്ടാണ് ഓരോരുത്തൻ മറ്റുള്ളവനെ തന്നെക്കാൾ ശ്രേഷ്ഠൻ എന്ന് എണ്ണിക്കൊൾവിൻ എന്ന് ദൈവവചനം പറയുന്നത്. (ഫിലി. 2:3)

നമ്മുടെ ശരീരത്തിലെ എല്ലാ അവയവങ്ങളും പ്രാധാനപ്പെട്ടതാണ്. നാം വെട്ടിക്കളയുന്ന നഖ ത്തിനും തലമുടിക്കും അതിന്റേതായ പ്രവൃത്തി ഉണ്ട്. ആയതുപോലെ **സഭയിലും എല്ലാവരും പ്രധാനപ്പെട്ടവരാണ്. ആരും വലിയവരല്ല.** ആരും ചെറിയവരുമല്ല. പ്രിയരെ, ഇത് ഐക്യതയ്ക്കു വേണ്ടി പ്രാർത്ഥിക്കേണ്ട സമയമല്ല. പ്രവർത്തിക്കേണ്ട സമയമാണ്. **ഐക്യത ഒരിക്കലും സ്വതവെ ഉണ്ടാകുകയില്ല. വിലകൊടുത്ത് ഉണ്ടാക്കണം.** ഒന്നാമത് ഐക്യത വെളിപ്പെടേണ്ടത് നമ്മുടെ കുടുംബങ്ങളിലാണ്. തുടർന്ന് സഭകളിലും സംഘടനകളിലും ദേശങ്ങളിലും രാജ്യങ്ങളിലും വ്യാപ രിക്കണം.

ഐക്യത എന്നാൽ പുറമെ കാണുന്ന ഐക്യതയും ഉപദേശത്തിൽ വരുന്ന ഐക്യത യുമല്ല. **പാപത്തെ വെറുക്കുന്ന യേശു പാപികളെ സ്നേഹിക്കുകയും അംഗീകരിക്കുകയും ഉൾക്കൊള്ളു കയും ചെയ്യുന്നതുപോലെ (മർ 9:38,39) എല്ലാവരെയും സ്നേഹിക്കാനും അംഗീകരിക്കാനും ഉൾക്കൊള്ളാനുമുള്ള മനസ്സാണ് ഐക്യത** .അതാണ് ക്രിസ്തുവിന്റെ മനസ്സ് /ഭാവം.

പഴയനിയമത്തിൽ, ഏലിയാവ് കർമ്മേലിൽ പ്രാർത്ഥിച്ചു തീയിറക്കുന്നതിനു മുമ്പായി ഇടിഞ്ഞു കിടന്ന യാഗപീഠത്തിലെ കല്ലുകൾ ഒരുമിച്ചുവച്ച് യാഗപീഠം പണിതു ഐക്യത വെളിപ്പെടുത്തി . അതിനുശേഷം പ്രാർത്ഥിച്ചപ്പോൾ ദൈവസാന്നിധ്യം തീയായി ഇറങ്ങുകയും പ്രകൃത്യാതീതമായ കാര്യങ്ങൾ സംഭവിക്കുകയും ചെയ്തു. തത്ഫലമായി മാനസാന്തരപ്പെട്ടത് 3000 പേരോ 5000 പേരോ അല്ല, പിന്നെയോ, ആ രാജ്യം മുഴുവനും യേശുവിന്റെ മുമ്പിൽ മുട്ടുകുത്തി.

"ജനം എല്ലാം കവിണ്ണു വീണു. യഹോവ തന്നേ ദൈവം, യഹോവ തന്നേ ദൈവം എന്നു പറ ഞ്ഞു,"1രാജ.18:39. അതാണ് ഉണർവ്വ്.

ഈ അന്ത്യകാലസഭയിൽ മനുഷ്യർ കെട്ടിപ്പൊക്കിയിരിക്കുന്ന എല്ലാ അദൃശ്യ അതിരുകളും മതി ലുകളും പൊളിയണം. അത് താനേ പൊളിയുകയില്ല. ദൈവമക്കളായ നാം ഒരുമിച്ച് ചേർന്ന് പൊളിക്കണം.

എങ്കിലും പ്രാർത്ഥനയാലും ഉപവാസത്താലും അല്ലാതെ ഈ ജാതി നീങ്ങിപ്പോകുന്നില്ല എന്നു ഞാൻ സത്യമായിട്ടു നിങ്ങളോടു പറയുന്നു എന്നു യേശു പറഞ്ഞതുപോലെ (മത്താ 17:21) അതിനൊരു വിലകൊടുത്ത് നാം ഉപവസിക്കുകയും പ്രാർത്ഥിക്കുകയും പ്രവർത്തിക്കുകയും വേണം. നാം നിരപ്പിന്റെ ശുശ്രൂഷകർ ആണ്. അപ്പന്മാരുടെ ഹൃദയം മക്കളോടും മക്കളുടെ ഹൃദയം അപ്പന്മാരോടും നിരപ്പിക്കണം (മലാ 4:6). പുതിയ നിയമത്തിൽ ഏലിയാവിന്റെ ആത്മാവോടും ശക്തിയോടും വന്ന സ്നാപക യോഹന്നാൻ ചെയ്തത് അപ്രകാരമുള്ള നിരപ്പിന്റെ ശുശ്രൂഷയാണ്.

"അവൻ അപ്പന്മാരുടെ ഹൃദയങ്ങളെ മക്കളിലേക്കും വഴങ്ങാത്തവരെ നീതിമാന്മാരുടെ ബോധ ത്തിലേക്കും തിരിച്ചുംകൊണ്ടു ഒരുക്കമുള്ളോരു ജനത്തെ കർത്താവിന്നുവേണ്ടി ഒരുക്കുവാൻ അവനു മുമ്പായി ഏലീയാവിന്റെ ആത്മാവോടും ശക്തിയോടുംകൂടെ നടക്കും." ലൂക്കൊസ് 1:17

കർത്താവായ യേശുവിന് മരുഭൂമിയിൽ വഴി ഒരുക്കാനും നിർജ്ജന പ്രദേശത്ത് പെരുവഴി നിരപ്പാക്കാനുമാണ് സ്നാപകയോഹന്നാൻ വരുന്നതെന്ന് യോഹന്നാന്റെ ജനനത്തിനു ഏകദേശം 700 വർഷങ്ങൾക്കു മുമ്പു യെശയ്യാ പ്രവാചകൻ വിളിച്ചു പറഞ്ഞു. (യെശ 40:3). അപ്പോൾ എല്ലാ താഴ്വരയും നികന്നും എല്ലാ മലയും കുന്നും താണും വളഞ്ഞതു ചൊവ്വായും ദുർഘടങ്ങൾ സമ മായും തീരേണമെന്നും യെശ. 40:4ൽ രേഖപ്പെടുത്തിയിരിക്കുന്നു. അവിടെ ഒരു നിരപ്പിന്റെ അനുഭവം കാണാൻ സാധിക്കും.

ഇനിയും ദൈവത്തിന്റെ വലുതും ഭയങ്കരവുമായ നാൾ വരുന്നതിനു മുമ്പെ ഞാൻ നിങ്ങൾക്കു ഏലിയാ പ്രവാചകനെ അയക്കും എന്നു മലാഖി 4:5ലും എനിക്ക് മുമ്പായി വഴി നിരത്തേണ്ടതിനു ഞാൻ എന്റെ ദൂതനെ അയക്കുന്നു എന്നു മലാഖി 3:1 ലും രേഖപ്പെടുത്തിയിരിക്കുന്നു.

പ്രിയരെ, ഈ അന്ത്യകാല സഭയിലെ സ്നാപക യോഹന്നാൻ, ഞാനും നിങ്ങളുമാണ്. കർത്താവായ യേശുക്രിസ്തുവിന്റെ ആത്മാവോടും ശക്തിയോടും കൂടെയാണ് ദൈവം നമ്മെ അയച്ചിരിക്കുന്നത്.

സ്നേഹത്തിൽ അന്യോന്യം പൊറുത്ത് ആത്മാവിന്റെ ഐക്യത സമാധാന ബന്ധത്തിൽ കാപ്പാ നാണ് (എഫെ. 4:2,3) ദൈവം തന്റെ നിറവ് നമുക്കു നൽകിയിരിക്കുന്നത് (എഫെ. 1:23) ദൈവ ത്തിന്റെ നിറവിനാലാണ് നാം നിറയപ്പെടേണ്ടത് (എഫെ. 3:19) യഹൂദൻ എന്നും യവനൻ എന്നും വ്യത്യാസമില്ല, ദൈവം, തന്നെ വിളിച്ചപേക്ഷിക്കുന്ന എല്ലാവർക്കും നൽകുവാന്തക്കവണ്ണം സമ്പ ന്നൻ ആകുന്നു. (റോമ. 10:12).

ആ ദൈവത്തിന്റെ നിറവ് പ്രാപിച്ച്, മണവാട്ടി സഭയിൽ മനുഷ്യർ വച്ചിരിക്കുന്ന അതിർവരമ്പു കളെ പൊളിക്കാം. മാനുഷികമായ ബുദ്ധികൊണ്ടും, ശക്തികൊണ്ടും, കഴിവുകൊണ്ടും സാദ്ധ്യമല്ല. പരിശുദ്ധാത്മാവിന്റെ വലിയൊരു സുനാമി അതിനാവശ്യമായിരിക്കുന്നു.

വലിയ മഴ പെയ്യുമ്പോൾ അതിർവരമ്പുകൾ ഇടിഞ്ഞ് വയലുകളെല്ലാം ഒന്നായി ഒരു വയൽ വെള്ളം കൊണ്ട് നിറഞ്ഞിരിക്കുന്ന പ്രതീതി ഉണ്ടാകും.

ആയതുപോലെ വിശ്വസിക്കുന്നവരിൽ പരിശുദ്ധാത്മാവിന്റെ വലിയൊരു നിറവ് വരുമ്പോൾ അവരുടെ ഉള്ളിൽ നിന്നും തിരുവെഴുത്തു പറയുന്നതുപോലെ ജീവജലനദികൾ ഒഴുകും(യോഹ.7:38). പരിശുദ്ധാത്മാവിന്റെ ഒഴുക്കിനെ തടയുന്ന അതിരുകൾ പൊളിയും. . അപ്പോൾ ഐക്യതയിൽ പലിക്കുന്ന ത്രിത്വത്തിൽ മൂന്നാമനായ പരിശുദ്ധാത്മാവ് ഇറങ്ങി പ്രവർത്തി ക്കും. തത്ഫലമായി നാളുകളായി ,വർഷങ്ങളായി സഭകളിൽ ചത്തുകിടക്കുന്ന അമാനുഷികമായ ദൈവീകപ്രവൃത്തികൾ ജീവൻ പ്രാപിക്കുകയും അത്ഭുതങ്ങളാലും അടയാളങ്ങളാലും വിവിധ വീര്യപ്രവൃത്തികളാലും ദൈവം തന്റെ വചനത്തെ ഉറപ്പിക്കുകയും ആത്മാക്കൾ ദൈവത്തിങ്കലേക്ക് ആകർഷിക്കപ്പെടുകയും ചെയ്യും. തുടർന്ന് കൂട്ടമാനസാന്തരം കൂട്ടസ്നാനവും നടക്കും. അതാണ് ഐക്യതയിൽ വെളിപ്പെടുന്ന ഉണർവ്വ്.

ആകയാൽ നെഹമ്യാവും ദാസന്മാരും എഴുന്നേറ്റു പണിതതുപോലെ, (നെഹ. 2:20) നമുക്കും സഭാ സംഘടനാ വ്യത്യാസമെന്യേ ഐക്യതയോടെ എഴുന്നേൽക്കാം. പരിശുദ്ധാത്മാ വിന്റെ ചലനത്തെയും ഒഴുക്കിനെയും പ്രവർത്തനങ്ങളെയും തടയുന്ന എല്ലാ അതിരുകളെയും കല്ലു കളെയും മാറ്റാം . പെറുക്കി മാറ്റേണ്ടത് പെറുക്കി മാറ്റാം. ഉരുട്ടിമാറ്റേണ്ടത് ഉരുട്ടിമാറ്റാം. ഇടിച്ചു മാറ്റേണ്ടത് ഇടിച്ചു മാറ്റാം. ശേഷം ഏലിയാവ് ചെയ്തതുപോലെ മണവാട്ടി സഭയാം കെട്ടിടത്തിൽ ചിതറികിടക്കുന്ന ജീവനുള്ള കല്ലുകളെ ചേർത്ത് പണിയാം. ലോകം ദൈവത്തെയും ദൈവ മഹത്വ ത്തെയും കാണട്ടെ. (യോഹ 17:21). കാന്തം ഇരുമ്പിനെ ആകർഷിക്കുന്നതുപോലെ ആത്മാക്കൾ ക്രിസ്തുവിങ്കലേക്കു ആകർഷിക്കപ്പെടട്ടെ.

അദ്ധ്യായം 3

പൂർണ്ണ അനുസരണം

ദൈവത്തെ പ്രസാദിപ്പിക്കാനുള്ള മൂന്നാമത്തെ ഉപാധിയാണ് പൂർണ്ണ അനുസരണം. ദൈവീക അധികാരങ്ങളെയും ദൈവീക കൽപനകളെയുംപൂർണ്ണ മായി അനുസരിക്കുന്നവരിൽ ദൈവം പ്രസാദിക്കും.

" യഹോവയുടെ **കൽപന അനുസരിക്കുന്നതുപോലെ** ഹോമയാഗങ്ങളും ഹനനയാഗങ്ങളും **യഹോവയ്ക്കു പ്രസാദമാകുമോ?"** 1 ശമു. 15:22.

"ഇതാ **അനുസരിക്കുന്നത് യാഗത്തെക്കാളും** ശ്രദ്ധിക്കുന്നത് മൂട്ടാടുകളുടെ മേദസ്സിനെക്കാളും നല്ലത്". 1 ശമു. 15:22.

"മനുഷ്യരെ പ്രസാദിപ്പിക്കുന്നവരെപ്പോലെ ദൃഷ്ടിസേവകളാലല്ല, കർത്താവിനെ ഭയപ്പെട്ടുകൊണ്ടു **ഹൃദയത്തിന്റെ ഏകാഗ്രതയോടെ അത്രേ അനുസരിക്കേണ്ടത്**". കൊലൊ. 3:22.

കഴിഞ്ഞ നൂറ്റാണ്ടുകളിലും കഴിഞ്ഞ തലമുറകളിലും അസാധാരണമായ ദൈവപ്രവൃത്തികളും ഉണർവ്വും നടന്നത് ദൈവത്തെയും ദൈവവചനത്തെയും ആത്മീയ അധികാരങ്ങളെയും അനുസരി ച്ചവരിലൂടെയാണെന്ന് സഭാചരിത്രവും സത്യവേദപുസ്തകവും വ്യക്തമാകുന്നു. ചില സംഭവ ങ്ങളിലൂടെ തെളിയിക്കാം.

1) യിസ്രായേൽ മക്കളുടെ വിടുതൽ :- വിക്കനായ മോശെയെയാണ് യിസ്രായേൽ മക്കളുടെ വിടുതലിനായി ദൈവം തിരഞ്ഞെടുത്തത്. ആദ്യം മോശെ അത് നിരസിച്ചുവെങ്കിലും (പുറ. 4:10-16) പിന്നേത്തേതിൽ ദൈവത്തെ അനുസരിച്ച് തന്റെ ഭാര്യയെയും പുത്രന്മാരെയും കൂട്ടി കഴുതപ്പുറത്തു കയറ്റി മിസ്രയീം ദേശത്തേക്കു മടങ്ങി. (പുറ. 4:20) മോശെയുടെ ആ അനുസരണമാണ് യിസ്രാ യേൽ മക്കളെ ഫറവോന്റെ അടിമത്തത്തിൽ നിന്നും വിടുവിക്കാൻ കാരണമായത്. മോശെയ്ക്കി ഷ്ടമില്ലായിരുന്നുവെങ്കിലും പിന്നീട് ദൈവത്തെ ചോദ്യം ചെയ്യാതെ അനുസരിച്ചു. ഒന്നോ രണ്ടോ പ്രവശ്യമല്ല. പത്ത് പ്രാവശ്യം അനുസരിച്ചു. **അതാണ് പൂർണ്ണമായ അനുസരണം.** നാം പത്ത് പ്രാവശ്യം അനുസരിക്കുമോ?

2)മറിയ :- ദൂതൻ മറിയയുടെ അടുത്തു വന്ന് യേശുവിന്റെ ജനനത്തെ കുറിച്ച് പറഞ്ഞപ്പോൾ, ബുദ്ധിക്കതീതവും പ്രകൃത്യാതീതവും ശാസ്ത്രത്തിന് വിപരീതവുമായ ആ സംഭവം മറിയയ്ക്ക് വിശ്വസിക്കാൻ കഴിഞ്ഞില്ല. അതുകൊണ്ട് ഞാൻ പുരുഷനെ അറിയായ്കയാൽ ഇത് എങ്ങനെ സംഭവിക്കും? എന്ന് മറിയ ചോദിച്ചുവെങ്കിലും (ലൂക്കൊ. 1:34) ദൂതന്റെ മറുപടി കേട്ട മറിയ **"ഇതാ ഞാൻ കർത്താവിന്റെ ദാസി, നിന്റെ വാക്കുപോലെ എനിക്കു ഭവിക്കട്ടെ"** എന്നു പറഞ്ഞു. മറി യയുടെ സമർപ്പണത്തോടുകൂടിയ പൂർണ്ണ അനുസരണമാണ് യേശുവിന്റെ ജനനത്തിനും മാനവരാ ശിയുടെ വീണ്ടെടുപ്പിനും കാരണമായി തീർന്നത്.

3)യോന: പഴയ നിയമത്തിൽ, നീനവേ പട്ടണത്തിന്റെ ഉണർവ്വിനായി ദൈവം തെരഞ്ഞെടുത്ത യോന, ദൈവത്തെ പൂർണ്ണമായി അനുസരിക്കാതെ ഭാഗീകമായി അനുസരിച്ച് തർശീശിലേക്കു പോകാൻ കപ്പൽ കയറിയെങ്കിലും, ദൈവം അദ്ദേഹത്തെ നീനവേയിലേക്കു തന്നെ മടക്കികൊണ്ടു വന്ന് തന്റെ ശുശ്രൂഷ ചെയ്യിച്ചു. (യോന. 1:3 ,യോന. 3:3) ഇനി 40 ദിവസം കഴിഞ്ഞാൽ നീനവേ ഉന്മൂലമാകും എന്നു യോന ഘോഷിച്ചു പറഞ്ഞു. (യോന. 3:4) **യോനയുടെ പ്രസംഗം കേട്ടു പട്ടണം മുഴുവനും മാനസാന്തരപ്പെട്ടു. അതാണ് ഉണർവ്.** അതു തങ്ങളുടെ പ്രവൃത്തികളിലൂടെ കണ്ടപ്പോൾ ദൈവം അവർക്കു വരുത്തുമെന്നു അരുളിച്ചെയ്തിരുന്ന അനർത്ഥം വരുത്തിയില്ല.

"അവർ ദുർമ്മാർഗ്ഗം വിട്ടുതിരിഞ്ഞു എന്നു ദൈവം അവരുടെ പ്രവൃത്തികളാൽ കണ്ടപ്പോൾ താൻ അവർക്കു വരുത്തും എന്നു അരുളിചെയ്തിരുന്ന അനർത്ഥത്തെക്കുറിച്ച് ദൈവം അനുതപിച്ചു. അതു വരുത്തിയതുമില്ല."**യോന. 3:10**

അങ്ങനെ ഒരു ലക്ഷത്തിരുപതിനായിരത്തിൽ ചിലാനം മനുഷ്യർ അവിടെ സംരക്ഷിക്ക പ്പെട്ടു(വിടുവിക്കപ്പെട്ടു). **യോനയെ തർശീശിൽ പോകാൻ ദൈവം അനുവദിച്ചിരുന്നുവെങ്കിൽ നീനെവെയിലെ ഉണർവ്വ് നഷ്ടമാകുമായിരുന്നു.**

പഴയ നിയമത്തിൽ ഏലിയാവ് പ്രവാചകനോട് ദൈവം പറഞ്ഞതെല്ലാം ചോദ്യം ചെയ്യാതെ അനുസ രിച്ചതിനാൽ മറ്റാരിലൂടെയും ചെയ്യാത്ത വലിയ ശുശ്രൂഷ ചെയ്യാൻ ദൈവം അവനെ കർമ്മേലിൽ ഉപയോഗിക്കുകയും വലിയ ഉണർവ്വ് സംഭവിക്കുകയും ചെയ്തു.

എല്ലാറ്റിനുമുപരി **നമ്മുടെ മാതൃകയായ കർത്താവായ യേശുക്രിസ്തുവിന്റെ പൂർണ്ണ അനുസര ണമാണ് സകല മാനവരാശിയുടെയും വീണ്ടെടുപ്പിന് കാരണമായത്.**

അന്ത്യകാല ഉണർവ്വുമായി ബന്ധപ്പെട്ടു പഠിക്കുമ്പോൾ എന്തു വിലകൊടുത്തും ദൈവത്തെയും, **ദൈവത്താൽ എഴുതപ്പെട്ട വചനമായ ലോഗോസും , അരുളി ചെയ്യുന്ന വചനമായ റേമായും നാം പൂർണ്ണമായി അനുസരിക്കണം.** മാത്രമല്ല, നമ്മുടെ മുകളിൽ ദൈവം ആക്കി വച്ചിരിക്കുന്ന ആത്മീയ നേതൃത്വങ്ങളെയും മറ്റെല്ലാ അധികാരികളെയും അനുസരിക്കണമെന്ന് തിരുവചനം വ്യക്തമാ ക്കുന്നു.

എല്ലാറ്റിനുമുപരി നാം അതിപ്രധാനമായി അനുസരിക്കേണ്ടത് കാറ്റ് ഇഷ്ടമുള്ള ഇടത്തേക്ക് ഊതുന്നതുപോലെ (യോഹ. 3:8) തനിക്കിഷ്ടമുള്ളതുപോലെ(സങ്കീ 135:6) ചലിക്കുകയും പ്രവർത്തിക്കുകയും ചെയ്യുന്ന ഉണർവ്വിനടിസ്ഥാനമായ പരിശുദ്ധാത്മാവിനെയാണ്. പരിശുദ്ധാത്മാ വാം ദൈവം എന്തു പറഞ്ഞാലും (നമുക്കിഷ്ടമില്ലാത്തതും നമ്മുടെ ബുദ്ധിക്ക് നിരക്കാത്തതുമായ കാര്യങ്ങൾ ആയാലും)ചോദ്യം ചെയ്യാതെ പൂർണ്ണമായി അനുസരിക്കുന്നവരെയാണ് അന്ത്യകാല ഉണർവ്വിന് ദൈവത്തിനാവശ്യം.

പിതാവാം ദൈവം പുത്രനെ ഈ ലോകത്തിലേക്കു അയച്ചതുപോലെ, ഈ അന്ത്യകാലത്തിൽ യേശു നമ്മെ അയച്ചിരിക്കുന്നു (യോഹ. 17:22). ആയതിനാൽ മാനുഷികമായ എല്ലാ മുൻവിധിക ളെയും കഴിഞ്ഞ കാലങ്ങളിലെ നമ്മുടെ അനുഭവങ്ങളായ എല്ലാ ജയപരാജയങ്ങളാകുന്ന കിരീടങ്ങ ളെയും താഴെയിട്ട് (വെളി. 4:11) പരിശുദ്ധാത്മാവിന്റെ ചലനം മനസ്സിലാക്കി, പരിശുദ്ധാത്മാവിനോട് ചേർന്നു ചലിക്കാനായി യേശു ഗത്ശെമനയിൽ സമർപ്പിച്ചതുപോലെ **"എങ്കിലും എന്റെ ഇഷ്ടമല്ല അങ്ങയുടെ ഇഷ്ടം തന്നെ ആകട്ടെ."** എന്നു പറഞ്ഞ് പൂർണ്ണമായി സമർപ്പിക്കാം.

കഴിഞ്ഞ തലമുറകളിൽ പലരുടെയും അനുസരണക്കേടിനാൽ പല ഉണർവ്വുകളും തടയപ്പെട്ടു. ആയതുപോലെ ഈ അന്ത്യകാല ഉണർവ്വും നാം മുഖാന്തരം തടയപ്പെടാതിരിക്കാൻ നമ്മുടെ മുകളിൽ ദൈവം ആക്കി വച്ചിരിക്കുന്ന എല്ലാ അധികാരികളെയും അനുസരിക്കാം. ഒരു പക്ഷേ അവർ നമ്മുടെ അത്രയും കഴിവോ ,വിദ്യാഭ്യാസമോ, യോഗ്യതയോ, വ്യക്തിത്വമോ ഇല്ലാത്ത വർ ആയിരിക്കാം. എന്നാലും നാം അവരെ അനുസരിക്കണം. അതാണ് ദൈവീക വ്യവസ്ഥ. ഉദാ ഹരണമായി **നല്ല സംസാരശേഷിയുള്ള അഹരോനും യോശുവയും ഉണ്ടായിരുന്നപ്പോൾ തന്നെ വിക്കനായ മോശെയെയാണ് ദൈവം ലീഡർ ആയി തിരഞ്ഞെടുത്തത്. അഹരോനും യോശു വയും മോശെയെ അനുസരിക്കുകയും ചെയ്തു.**

നാമും അനുസരിക്കുമ്പോൾ അനുസരണയിലൂടെ പ്രവർത്തിക്കുന്ന പരിശുദ്ധാത്മാവ് പ്രവർത്തിക്കുകയും ലോകം ഇതുവരെ കണ്ടിട്ടില്ലാത്തതും ഒരു പുസ്തകത്തിൽ വായിച്ചിട്ടില്ലാത്തതു ം ചരിത്രത്തിൽ സംഭവിച്ചിട്ടില്ലാത്തതുമായ അത്ഭുതങ്ങളും, അടയാളങ്ങളും, വീര്യപ്രവൃത്തികളും സംഭവിക്കുകയും ചെയ്യും. അതു കണ്ടിട്ട് ഈ ലോകത്തിന്റെ ദൈവം കുരുടാക്കിയിരിക്കുന്ന ജന ത്തിന്റെ ആത്മീയക്കണ്ണുകൾ തുറക്കപ്പെടുകയും ആത്മാക്കൾ രക്ഷിക്കപ്പെടുകയും ചെയ്യും. അതാണ് അനുസരണയിലൂടെ വെളിപ്പെടുന്ന ഉണർവ്വ്.

പിതാവാം ദൈവത്തെ എപ്പോഴും പ്രസാദിപ്പിച്ച് ജീവിച്ച കർത്താവായ യേശുക്രിസ്തുവിനെ മാതൃകയാക്കി ജീവിച്ചാൽ നമുക്കും ദൈവത്തെ പ്രസാദിപ്പിക്കാൻ സാധിക്കും. അതിനായി മത്തായി, മർക്കോസ്, ലൂക്കൊസ്, യോഹന്നാൻ തുടങ്ങി നാല് സുവിശേഷങ്ങൾ വായിച്ച് യേശു ജീവിച്ചതുപോലെ ജീവിക്കാം. കൃപ നമ്മോടു കൂടെ ഇരിക്കുമാറാകട്ടെ.

അദ്ധ്യായം 4
പ്രാർത്ഥന

ഉണർവ്വിന്റെ ഒരു അതിപ്രധാന താക്കോലും വലിയ ശുശ്രൂഷയുമായ പ്രാർത്ഥ നയിലും, പ്രാർത്ഥിക്കുന്നവരിലും ദൈവം പ്രസാദിക്കുന്നു. കഴിഞ്ഞ നൂറ്റാണ്ടുകളിലും കഴിഞ്ഞ തലമുറകളിലും എവിടെയെല്ലാം ഉണർവ്വു നടന്നോ അവിടെയെല്ലാം പ്രാർത്ഥനയുടെ പിൻബലം ഉണ്ടായിരുന്നതായി സത്യവേദപുസ്തകവും സഭാചരിത്രവും പറയുന്നു. പ്രാർത്ഥിക്കുമ്പോൾ ആത്മാ ക്കളുടെ ആത്മീയക്കണ്ണുകൾ തുറന്ന് ഉണർവ്വിലേക്ക് നയിക്കപ്പെടും.

യേശു ഈ ലോകത്തിലായിരുന്നപ്പോൾ ശിഷ്യന്മാരെ പഠിപ്പിച്ച ഒരേയൊരു ശുശ്രൂഷയാണ് പ്രാർത്ഥന (മത്താ. 6:9-13, ലൂക്കൊ. 11:1-4).

ഒരു രാജ്യത്തിലിരുന്നുകൊണ്ട് മറ്റൊരു രാജ്യത്തിന്റെ ലക്ഷ്യത്തിൽ പതിപ്പിക്കാൻ കഴിയുന്ന അഖില ലോക മിസൈലാണ് പ്രാർത്ഥന. ദൈവത്തിന്റെ കരത്തെ ചലിപ്പിക്കാനും പ്രാർത്ഥനയ്ക്ക് ശക്തിയുണ്ട്.

ഈ ശുശ്രൂഷയ്ക്ക് പ്രേക്ഷകരുടെ ആവശ്യമില്ല. സമയസ്ഥല പരിമിധിയില്ല. എപ്പോഴും എവിടെയിരുന്നും വ്യക്തികളുടെ അറിവും അനുവാദവുമില്ലാതെ പ്രാർത്ഥിക്കാൻ സാധിക്കും. അതുകൊണ്ടുതന്നെ എനിക്കുവേണ്ടി പ്രാർത്ഥിക്കേണ്ട, എന്നു ആർക്കും പറയാൻ സാധ്യമല്ല. എത്ര വീദൂരതയിലിരിക്കുന്നവരെയും ഏതു നേരത്തും സ്പർശിക്കാനും പ്രാർത്ഥനയ്ക്ക് ശക്തിയുണ്ട്. നമ്മുടെ വിഷയത്തോടനുബന്ധിച്ച് പറഞ്ഞാൽ **പ്രാർത്ഥനയെന്ന താക്കോലിന്, ആത്മാക്കളുടെ മനസ്സുകളെ തുറക്കാനും സ്വർഗ്ഗത്തെ തുറക്കാനും ഉള്ള ശക്തി യുണ്ട്.** പ്രധാനമായും പോരാട്ട പ്രാർത്ഥനയിലാണ് അവിശ്വാസികളുടെ മനസ്സുകൾ തുറക്കപ്പെടു ന്നത്.

"പ്രാർത്ഥന" എന്ന ഉണർവ്വിന്റെ താക്കോൽ എല്ലാവർക്കും കൊടുക്കാൻ മുഖപ ക്ഷമില്ലാത്ത ദൈവം (റോമ. 2:11, അപ്പൊ. 10:34, കൊലൊ. 3:25) ആഗ്രഹിക്കുന്നു.എന്നാൽ ആത്മീയ പക്വതയിലെത്തിയ പ്രാർത്ഥനാപ്പോരാളികൾക്കുമാത്രമേ ആ താക്കോൽ കൈകാര്യം ചെയ്യാൻ സാധിക്കുകയുള്ളൂ.

സ്വന്തം ആവശ്യങ്ങൾക്കും, മറ്റുള്ളവരുടെ ഭൗതീക നന്മകൾക്കും വേണ്ടി മാത്രം പ്രാർത്ഥിക്കു ന്നവർ പ്രാർത്ഥനാപ്പോരാളികളല്ല. തികച്ചും വ്യത്യസ്തമായി ജനത്തിന്റെ മാനസാന്തരത്തിനുവേണ്ടി പ്രാർത്ഥിക്കുന്നവരാണ് പ്രാർത്ഥനാപ്പോരാളികൾ. ഒന്നുകൂടെ വ്യക്തമായി പറഞ്ഞാൽ, **ഈ ലോക ത്തിന്റെ ദൈവമായ സാത്താൻ കുരുടാക്കിയിരിക്കുന്ന മനസ്സിന്റെ കണ്ണുകളെ (2 കൊരി. 4:4) പ്രാർത്ഥനയെന്ന താക്കോലുപയോഗിച്ച് തുറക്കുന്നവരാണ് പ്രാർത്ഥനാപ്പോരാളികൾ.** കണ്ണുകൾ തുറക്കാതെ തേജസ്സുള്ള സുവിശേഷം എത്രതന്നെ പറഞ്ഞാലും, പ്രസംഗിച്ചാലും അവർക്ക് ഗ്രഹി ക്കാൻ കഴിയുകയില്ല. എന്നാൽ കണ്ണുകൾ തുറന്നു കഴിഞ്ഞാൽ മാനസാന്തരം എളുപ്പമാണ്.

അന്ത്യകാലഘട്ടമായ ഈ സമയത്ത് ആത്മാക്കൾ വിടുവിക്കപ്പെടാത്തത് വചനം പ്രഘോഷിക്കപ്പെടാത്തു കൊണ്ടല്ല, പിന്നെയോ വചനം ഗ്രഹിക്കാത്തതുകൊണ്ടാണ്.

മറ്റേതു കാലഘട്ടത്തേക്കാളും വിവിധ മാധ്യമങ്ങളിലൂടെ ദൈവവചനം അധികം പ്രഘോ ഷിക്കപ്പെടുന്ന കാലമാണിത്. വിതറപ്പെടുന്ന **വചനമെന്ന വിത്ത് കട്ടകളുടെയിടയിൽ കിടന്നു കെട്ടു പോകാതെ കട്ടകളെ ഉടച്ച് നിലം ഒരുക്കുക** എന്ന ദൗത്യം പ്രാർത്ഥിക്കുന്നവരുടെ **കയ്യിൽ ദൈവം ഏൽപ്പിച്ചിരിക്കുന്നു.** ആകയാൽ പരിശുദ്ധാത്മ നിറവിനാൽ കണ്ണുനീരോടെ പ്രാർത്ഥിച്ച് കട്ടകളെ ഉടച്ച് വിത്തുകളെ കുതിർക്കുന്ന പ്രാർത്ഥനാപ്പോരാളികളെ ദൈവത്തിനാവശ്യമുണ്ട്. അപ്പോൾ വിത്തുകൾ മുളയ്ക്കും.

ദൈവ വചനമാകുന്ന വിത്തും പരിശുദ്ധാത്മാവാകുന്ന ജീവജലവും ഒരുമിച്ച് ഒരു ഹൃദയത്തിൽ പ്രവർത്തിക്കുമ്പോൾ ആ വ്യക്തി വീണ്ടും ജനിക്കുകയും ആ വ്യക്തിയിൽ ഉണർവ്വു ണ്ടാകുകയും ചെയ്യുന്നു. ഒരു വ്യക്തിയിൽ ആരംഭിക്കുന്ന ഉണർവ്വ് ആ കുടുംബത്തിലേക്കും സഭ യിലേക്കും സമൂഹങ്ങളിലേക്കും ദേശങ്ങളിലേക്കും സംസ്ഥാനങ്ങളിലേക്കും രാജ്യങ്ങളിലേക്കും പടരും. അതാണ് അന്ത്യകാല ഉണർവ്വ്.

ഇന്ന് ക്രൈസ്തവ സമൂഹത്തിൽ പ്രാസംഗികരുണ്ട്,അപ്പൊസ്തലന്മാരുണ്ട്, പ്രവാച കന്മാരുണ്ട്, ബൈബിൾ ടീച്ചേഴ്സ് ഉണ്ട്, ഇടയന്മാരുണ്ട്, സുവിശേഷകരുണ്ട്, നന്മ പ്രവർത്തിക്കുന്ന വരുണ്ട്. എന്നാൽ ഏറ്റവും വലിയ ശുശ്രൂഷയായ പ്രാർത്ഥനയെന്ന ശുശ്രൂഷ ഏറ്റെടുത്ത് പ്രാർത്ഥി ക്കാൻ ആളില്ല. ഈ നാളുകളിൽ വിതറപ്പെടുന്ന വിത്തുകൾ മുളച്ച് മുപ്പതും അറുപതും നൂറും മേനി ഫലം പുറപ്പെടുവിക്കുന്നതിനുവേണ്ടി പ്രാർത്ഥിക്കാൻ തയ്യാറുള്ളവരെ ദൈവത്തിനും ദൈവ സഭയ്ക്കും ആവശ്യമുണ്ട്. ഈ ലോകത്തിന്റെ ദൈവമായ സാത്താന്റെ സാമ്രാജ്യത്തിൽ നിന്നും ആത്മാക്കളെ വിടുവിച്ച് ദൈവരാജ്യത്തിലാക്കാൻ പ്രാർത്ഥനാപ്പോരാളികളെ ആവശ്യമുണ്ട്.

പ്രാർത്ഥനാപ്പോരാളി സർവ്വായുധവർഗ്ഗങ്ങളിൽ ഒന്നുപോലും കുറയാതെ എപ്പോഴും എല്ലാം ധരിച്ചിരിക്കണം. അഥവാ ക്രിസ്തുവിനെ ധരിച്ചിരിക്കണം (ഗലാ. 3:27) അതാണ് യൂണിഫോം. പ്രാർത്ഥനയിൽ പോരാടുന്നവൻ എപ്പോഴും യുദ്ധത്തിന് ഒരുക്കമുള്ളവനും യുദ്ധം ചെയ്യുന്നവനും ആയിരിക്കണം. അതിനുള്ള അധികാരവും അഭിഷേകവും ശക്തിയും ദൈവം നമുക്കോരോരു ത്തർക്കും നൽകിയിട്ടുണ്ട്. മാത്രമല്ല, സർവ്വശക്തനായ മഹത്വത്തിന്റെ പ്രത്യാശയായ ക്രിസ്തു നമ്മുടെ ഉള്ളിലും(കൊലൊ.1:27) ലോകാവസാനത്തോളവും എല്ലാനാളും നമ്മോടു കൂടെയുമുണ്ട്. ആകയാൽ നമുക്കു നമ്മുടെ പ്രാർത്ഥനയുടെ ഗിയർ മാറ്റി പ്രാർത്ഥിക്കാം.., ദൈവം നമുക്കു നൽകി യിരിക്കുന്ന സ്വർഗ്ഗത്തിലും ഭൂമിയിലുമുള്ള സകല അധികാരവും ഉപയോഗിച്ച് (മത്താ. 28:18-20) യുദ്ധം ചെയ്യാം. വിജയം സുനിശ്ചിതമാണ്. ശേഷം നിത്യതയിൽ നമുക്കു നക്ഷത്രങ്ങളെപ്പോ ലെയും സൂര്യനെപ്പോലെയും ശോഭിക്കാം.

"എന്നാൽ ബുദ്ധിമാന്മാർ ആകാശമണ്ഡലത്തിന്റെ പ്രഭ പോലെയും പലരെയും നീതിയിലേക്കു തിരിക്കുന്നവർ നക്ഷത്രങ്ങളെപ്പോലെയും എന്നുമെന്നേക്കും പ്രകാശിക്കും." ദാനി. 12:3,

"അന്നു നീതിമാന്മാർ തങ്ങളുടെ പിതാവിന്റെ രാജ്യത്തിൽ സൂര്യനെപ്പോലെ പ്രകാശിക്കും." മത്തായി. 13:43.

ആകയാൽ ഉണർവ്വിന്റെ ഭാഗമായിത്തീരാൻ ആഗ്രഹിക്കുന്ന പ്രിയ സഹോദരങ്ങളെ, നശിച്ചുപോ കുന്ന ആത്മാക്കൾക്കുവേണ്ടി, സഹോദരങ്ങൾക്കുവേണ്ടി ,തലമുറകൾക്കുവേണ്ടി, സഹപ്രവ ർത്തകർക്കുവേണ്ടി അയൽവാസികൾക്കുവേണ്ടി കരയാം, ഉപവസിക്കാം, പ്രാർത്ഥിക്കാം.

"കണ്ണുനീരോടെ വിതയ്ക്കുന്നവർ ആർപ്പോടെ കൊയ്യും". സങ്കീ.126:5 പ്രാർത്ഥനയിൽ ഉണർവ്വ് സംഭവിക്കും എന്നതിന്റെ അതിമഹത്തായ ചില തെളിവുകൾ സത്യവേദപുസ്തകത്തിൽ നിന്നും തുടർന്നു പഠിക്കാം.

1. സഭയുടെ പ്രാർത്ഥനയാണ് സഭയെ പൊളിച്ചു നടന്ന ശൗലിനെ സഭകളെ പണിയുന്ന അപ്പൊ സ്തലനാക്കി മാറ്റിയതെന്ന് അപ്പൊ. 9-ാം അദ്ധ്യായത്തിൽ രേഖപ്പെടുത്തിയിരിക്കുന്നു.

2. നീനവെ പട്ടണവാസികളുടെ ഉപവാസവും പ്രാർത്ഥനയും ആ പട്ടണത്തിന്റെ ഉണർവ്വിന് കാരണ മായി തീർന്നുവെന്നു യോനയുടെ പുസ്തകത്തിൽ രേഖപ്പെടുത്തിയിരിക്കുന്നു.

നാം പ്രാർത്ഥിക്കുമ്പോൾ ഏകാഗ്രതയോടും വിശ്വാസത്തോടും കൂടി അന്ത്യകാല ഉണർവ്വിന്റെ താക്കോലുകളായ യേശുവിന്റെ നാമവും യേശുവിന്റെ രക്തവും പറഞ്ഞ് പ്രാർത്ഥിക്ക ണം. അത് ആത്മാക്കളുടെ കുരുട്ടുകണ്ണുകളെ തുറക്കുന്നതിന് കാരണമായി തീരും. മാത്രമല്ല, ചില അവസരങ്ങളിൽ എന്ത് പ്രാർത്ഥിക്കണം? എങ്ങനെ പ്രാർത്ഥിക്കണം? എന്നു അറിയാതിരിക്കുമ്പോൾ പരിശുദ്ധാത്മാവിൽ (അന്യഭാഷയിൽ) പ്രാർത്ഥിക്കണമെന്നും തിരുവചനം പറയുന്നു.

യേശു തന്റെ ക്രൂശീകരണത്തിനായി ഗത്ശമനയിലേക്കു നടന്നടുത്തപ്പോൾ, തന്നെ പിൻചെന്നവരെ നോക്കിപറഞ്ഞത് "യരുശലേം പുത്രിമാരേ എന്നെച്ചൊല്ലി കരയേണ്ട, നിങ്ങളെയും നിങ്ങളുടെ മക്കളെയും ചൊല്ലി കരവിൻ" (ലൂക്കൊ.23:28) എന്നാണ്.

മുട്ടിന്മേൽ നിന്നുകൊണ്ട് വിശ്വാസത്തിന്റെ പരിചയും ആത്മാവിന്റെ വാളും എടുത്തു കൊണ്ട് പ്രാർത്ഥനയിൽ പോരാടുന്നതാണ് സമരശീലനായ ഒരു പോരാളിയുടെ ലക്ഷണം. "ഏറ്റവും ദുർബ്ബലനായ ഒരു ക്രിസ്ത്യാനി മുട്ടിന്മേൽ നിൽക്കുന്നതു കാണുമ്പോൾ സാത്താൻ വിറ യ്ക്കുന്നു" എന്ന് **William Cooper** ഒരിക്കൽ പറയുകയുണ്ടായി.

നീന്തിനീന്തിയാണൊരുവൻ നീന്തൽ താരം ആകുന്നത്. ഓടിയോടിയാണൊരുവൻ മികച്ച ഓട്ടക്കാരനാകുന്നത്. ആയതുപോലെ പ്രാർത്ഥിച്ച് പ്രാർത്ഥിച്ചാണൊരുവൻ പ്രാർത്ഥനാവീ

രൻ/ പ്രാർത്ഥനാപ്പോരാളി ആകുന്നത്. അതിന് എപ്പോഴും ആത്മാവിൽ/ അന്യഭാഷയിൽ പ്രാർത്ഥി
ക്കണം (യൂദ. 20) കർത്താവിൽ വസിക്കണം. (സങ്കീ. 37:4).

നാം രക്ഷിക്കപ്പെടുമ്പോൾ തന്നെ സൈന്യാധിപനായ കർത്താവായ യേശു ക്രിസ്തു അധികാര
ത്തോടെ നമ്മുടെ ഉള്ളിലുണ്ട്. (കൊലൊ. 1:27) ആകയാൽ യുദ്ധം നമ്മുടേതല്ല, ദൈവത്തിന്റേ
താണ്. ആ ദൈവം നമ്മിലൂടെ യുദ്ധം ചെയ്യും.

- "അവർ പറഞ്ഞത് എന്തെന്നാൽ: യെഹൂദ്യരൊക്കെയും യെരുശലേംനിവാസികളും യെഹോ
  ശാഫാത്ത് രാജാവും ആയുള്ളോരേ, കേട്ടുകൊൾവിൻ; യഹോവ ഇപ്രകാരം നിങ്ങളോട്
  അരുളിച്ചെയ്യുന്നു: ഈ വലിയ സമൂഹം നിമിത്തം **ഭയപ്പെടരുത്, ഭ്രമിക്കയും അരുത്; യുദ്ധം
  നിങ്ങളുടേതല്ല, ദൈവത്തിന്റേതത്രേ."** 2 ദിന. 20:15

- "നിങ്ങൾ **അവരെ ഭയപ്പെടരുത്** നിങ്ങളുടെ ദൈവമായ യഹോവയല്ലോ നിങ്ങൾക്കുവേണ്ടി
  യുദ്ധം ചെയ്യുന്നത്". ആവ.3:22

- **"യഹോവ നിങ്ങൾക്കുവേണ്ടി യുദ്ധം ചെയ്യും;** നിങ്ങൾ മിണ്ടാതിരിപ്പിൻ എന്നു പറഞ്ഞു."
  പുറ, 14:14.

സാക്ഷാൽ വിധവയും ഏകാകിയുമായവൾ ദൈവത്തിൽ ആശവച്ചു രാപ്പകൽ യാചനയിലും
പ്രാർത്ഥനയിലും ഉറ്റുപാർക്കണമെന്നു(1 തിമ. 5:5) ദൈവ വചനം ആഹ്വാനം ചെയ്യുന്നു. ജീവിത
ത്തിൽ പ്രയാസങ്ങൾ ഉണ്ടെങ്കിലും ഇല്ലെങ്കിലും നാം ദൈവവുമായി പ്രാർത്ഥനയിൽ സമയം ചില
വഴിച്ചാൽ ആ ക്രിസ്തുവിന്റെ നിറവ് നമ്മിലേക്ക് ഒഴുകുകയും ആത്മാക്കളെ ക്രിസ്തുവിലേക്ക്
ആകർഷിക്കാൻ നമ്മെ ഒരു മുഖാന്തിരമാക്കി തീർക്കുകയും ചെയ്യും.

യേശു തന്റെ രക്തത്താൽ വീണ്ടെടുത്തവരുടെ (എബ്രാ. 9:14, എഫെ. 1:7, യോഹ. 11:25) ആത്മീ
യക്കണ്ണുകളെ ഈ ലോകത്തിന്റെ ദൈവം കുരുടാക്കിയിരിക്കുന്നു. (2 കൊരി. 4:4). അതായത്
മനസ്സിൽ ശക്തികേന്ദ്രങ്ങൾ. (2 കൊരി. 10:4) ഉണ്ടാക്കി അതിൽ വസിക്കുന്നു. നാം ദൈവം
പ്രൽകിയ അധികാരത്തോടും അഭിഷേകത്തോടും കൂടെ നവുംകൊണ്ട് വചനം പറഞ്ഞു
/പ്രാർത്ഥിച്ച് (സങ്കീ. 12:4)ആ ശക്തികേന്ദ്രങ്ങളെ തകർത്ത് ആത്മാക്കളെ പുറത്തു കൊണ്ടുവരണം
എന്ന അറിവ് ഓരോ പ്രാർത്ഥനാപ്പോരാളിയ്ക്കും ഉണ്ടായിരിക്കണം. **ആ ദേശത്തിലെ ബലവാനെ
ആദ്യം പിടിച്ചുകെട്ടണം (മത്താ. 12:29)**

ആകയാൽ സാഹചര്യങ്ങളെ പഴിപറയാതെ തലയെ വെള്ളവും കണ്ണുകളെ നീറുറവുകളുമാക്കി
(യിര. 9:1), ഹൃദയത്തെ വെള്ളം പോലെ കർത്തൃ സന്നിധിയിൽ പകർന്ന്, രാത്രിയിൽ, യാമാരംഭത്തി
ങ്കൽ എഴുന്നേറ്റ് തങ്ങൾക്കുതന്നേ സ്വസ്ഥത കൊടുക്കാതെ, കണ്മണികൾക്കു വിശ്രമം കൊടു
ക്കാതെ, സാഹചര്യവും സമയവും കലണ്ടറും നോക്കാതെ രാവും പകലും ഓലോല കണ്ണുനീരൊ
ഴുക്കി നിലവിളിക്കാൻ (പ്രാർത്ഥിക്കാൻ) തയ്യാറുള്ളവരെയാണ് അന്ത്യകാല ഉണർവ്വിന് ദൈവത്തിനാ
വശ്യം. (വിലാ. 2:18:19). **നാം പ്രാർത്ഥിക്കാൻ തയ്യാറാണോ? എങ്കിൽ ദൈവം പ്രവർത്തിക്കാൻ
തയ്യാറാണ്. അവിടുന്ന് അതിനൂ ശക്തനുമാണ്. ജനം നശിക്കുന്നതിന് കാരണം നാമാണ്. നാം
പ്രാർത്ഥിക്കാത്തതുകൊണ്ടാണ്.**

*പ്രാർത്ഥിക്കാൻ പഠിച്ച ഓരോ വിശുദ്ധനും സന്തോഷകരമായ ജീവിതത്തിന്റെ ഏറ്റവും വലിയ
രഹസ്യം പഠിച്ചു കഴിഞ്ഞു.*

<h1 style="text-align:center">അദ്ധ്യായം 5
ദൈവീക വെളിപ്പാടുകൾ</h1>

ദൈവീക വെളിപ്പാടുള്ളവരിൽ ദൈവം പ്രസാദിക്കുന്നു.അത് ആത്മാക്കളുടെ ആത്മീകക്കണ്ണുകൾ തുറക്കാനുള്ള ഒരു പ്രധാനപ്പെട്ട താക്കോലുമാണ് .ആകയാൽ ആ താക്കോൽ കൈവശമുള്ളവരിലൂടെ അന്ത്യകാല ഉണർവ്വ് നടക്കുമെന്ന് സ്പഷ്ടം.

സത്യവേദപുസ്തകം ആദിയോടന്തം പഠിച്ചാൽ ദൈവീക വെളിപ്പാടും ദൈവീക കാഴ്ചപ്പാടും ഉള്ള ശിഷ്യന്മാരെയാണ് ദൈവം തന്റെ സഭ സ്ഥാപിക്കാനും സഭ പണിയാനും ഉപയോഗിച്ചതെന്നു മനസ്സിലാക്കാൻ സാധിക്കും. അപ്പോൾ തന്നെ മനസ്സിലാക്കുക, ദൈവസഭ പണിയുന്നത് ഈ ലോക ത്തിലെ മനുഷ്യരോ സ്വർഗ്ഗത്തിലെ ദൂതന്മാരോ മറ്റാരും അല്ല, സർവ്വശക്തനാം ദൈവം തന്നെ യാണ്.അതുകൊണ്ടാണ് യേശു പത്രൊസിനോടു. **"നീ പത്രൊസ് ആകുന്നു, ഈ പാറമേൽ ഞാൻ എന്റെ സഭയെ പണിയും"**. (മത്താ. 16:18.) എന്നു പറഞ്ഞത്.

സഭയുടെ അടിസ്ഥാനക്കല്ലും മൂലക്കല്ലും കർത്താവായ യേശുക്രിസ്തു തന്നെയാണ്. **"യേശുക്രിസ്തു എന്ന ഇട്ടിരിക്കുന്ന അടിസ്ഥാനമല്ലാതെ മറ്റൊന്നു ഇടാൻ ആർക്കും കഴികയില്ല"** (1 കൊരി. 3:11). ക്രിസ്തുയേശു തന്നേ മൂലക്കല്ലായിരിക്കെ നമ്മെ അപ്പൊസ്തലന്മാരും പ്രവാചക ന്മാരും എന്ന അടിസ്ഥാനത്തിന്മേൽ പണിതിരിക്കുന്നു. (എഫെ. 2:20) അതിനുമുകളിൽ സുവിശേ ഷകന്മാർ, ഇടയന്മാർ, ഉപദേഷ്ടാക്കന്മാർ എന്നിവരെയും നിയമിച്ചിരിക്കുന്നു. (എഫെ. 4:11) തുടർന്നു വീര്യപ്രവൃത്തികൾ ചെയ്യുന്നവർ, രോഗശാന്തികളുടെ വരമുള്ളവർ, സഹായം ചെയ്യാ നുള്ള വരമുള്ളവർ, പരിപാലന വരമുള്ളവർ, വിവിധ ഭാഷാ വരമുള്ളവർ എന്നിവരെയും ചേർത്തി രിക്കുന്നു. (1 കൊരി. 12:28).

ദൈവമക്കളായ നമ്മെയും ദൈവത്തിന്റെ കൂട്ടുവേലക്കാരായി, ദൈവത്തിന്റെ കൃഷിയായി, ദൈവത്തിന്റെ ഗൃഹനിർമ്മാണത്തിനായി വിളിച്ചിരിക്കുന്നു (1 കൊരി. 3:8) നാം മറ്റൊരടിസ്ഥാനം ഇടാതെ, മനുഷ്യർ തള്ളിയതെങ്കിലും ദൈവസന്നിധിയിൽ ശ്രേഷ്ഠവും മാന്യവുമായ ജീവനുള്ള കല്ലായ യേശുക്രിസ്തുവിന്റെ അടുക്കൽ വന്നിട്ട് (1 പത്രൊ. 2:4) നാമും ജീവനുള്ള കല്ലുകൾ എന്ന പോലെ ആത്മീക ഗൃഹമായി യേശുക്രിസ്തു മുഖാന്തരം ദൈവത്തിനു പ്രസാദമുള്ള ആത്മീക യാഗം കഴിപ്പാന്തക്ക വിശുദ്ധ പുരോഹിത വർഗ്ഗമാകേണ്ടതിനു പണിയപ്പെടുന്നുവെന്നു 1 പത്രൊ. 2:5 ൽ രേഖപ്പെടുത്തിയിരിക്കുന്നു.

കർത്താവായ യേശുക്രിസ്തു ജീവനുള്ള ദൈവത്തിന്റെ പുത്രനായ ക്രിസ്തു എന്ന വെളി പ്പാട് പറഞ്ഞ പത്രൊസിന് അന്ത്യകാല ഉണർവ്വിന്റെ താക്കോലായ **"സ്വർഗ്ഗരാജ്യത്തിന്റെ താക്കോൽ"** കൊടുത്തു. മാത്രമല്ല, സ്വർഗ്ഗത്തിൽ കെട്ടാനും അഴിക്കാനുമുള്ള അധികാരവും കൊടുത്തു.

"സ്വർഗ്ഗരാജ്യത്തിന്റെ താക്കോൽ ഞാൻ നിനക്കു തരുന്നു, നീ ഭൂമിയിൽ കെട്ടുന്നതൊ ക്കെയും സ്വർഗ്ഗത്തിൽ കെട്ടപ്പെട്ടിരിക്കും, നീ ഭൂമിയിൽ അഴിക്കുന്നതൊക്കെയും സ്വർഗ്ഗത്തിൽ അഴിഞ്ഞിരിക്കും". മത്താ. 16:19

പത്രൊസ് അപ്പൊസ്തലൻ തനിക്കു ലഭിച്ച സ്വർഗ്ഗത്തിന്റെ താക്കോലുപയോഗിച്ച് പെന്തെ ക്കൊസ്തു നാളിൽ ഏകദേശം മൂവായിരത്തോളം യഹൂദരെ സ്വർഗ്ഗരാജ്യത്തിൽ പ്രവേശിപ്പിച്ചു. (അ പ്പൊ. 2:41) തുടർന്നു, അതേ താക്കോലുപയോഗിച്ച് ജാതികളെയും സ്വർഗ്ഗരാജ്യത്തിൽ പ്രവേശിപ്പിച്ച തായി അപ്പൊ. പ്രവൃത്തികളുടെ പുസ്തകം 10-ാം അദ്ധ്യായത്തിലും 15-ാം ആദ്ധ്യായത്തിലും രേഖ പ്പെടുത്തിയിരിക്കുന്നു.

എന്നാൽ കർത്താവായ യേശുക്രിസ്തു ജീവനുള്ള ദൈവത്തിന്റെ പുത്രനായ ക്രിസ്തു വെന്നു വെളിപ്പാടു ലഭിച്ചു രക്ഷിക്കപ്പെട്ട നമുക്കു ലഭിച്ച സ്വർഗ്ഗരാജ്യത്തിന്റെ താക്കോൽ ഉപ യോഗിച്ച് നാം എത്രപേരെ സ്വർഗ്ഗരാജ്യത്തിൽ പ്രവേശിപ്പിച്ചു? ദൈവം നമ്മെ താക്കോൽ ഏൽപ്പി ച്ചത് വെറുതെ വച്ച് തുരുമ്പ് പിടിപ്പിക്കാനല്ല. ഉപയോഗിക്കാനാണ്.

ദൈവീക വെളിപ്പാടിന്റെ മറ്റൊരു വശമാണ് ദൈവീക കാഴ്ചപ്പാട്. അതായത് ദൈവം കാണുന്നതുപോലെ വ്യക്തികളെയും സാഹചര്യങ്ങളെയും അവസ്ഥകളെയും കാണുക എന്നത്. ഒന്നുകൂടെ വ്യക്തമാക്കാം... പുറമെയുള്ള കണ്ണുകൾകൊണ്ട് കാര്യങ്ങളെ വിലയിരുത്താതെ ദൈവം കാണുന്നതുപോലെ ഹൃദയങ്ങളെ കാണണം (1 ശമൂ. 16:7). അതാണ് വെളിപ്പാട് (ദർശനം). വെളി പ്പാട് ഈ ലോകത്തിൽ നിന്നും ലഭിക്കുന്നതല്ല. അത് ദൈവത്തിൽ നിന്നും പ്രാപിക്കണം. ദർശനം ഇല്ലായെങ്കിൽ ജനം മര്യാദവിട്ട് നടക്കും (സദൃ. 29:18). അങ്ങനെയുള്ളവർ നശിച്ചുപോകും. (ഹോശ. 4:6) പരിജ്ഞാനമില്ലാത്ത മനസ്സ് നന്നല്ല. (സദൃ. 19:2) ദൈവജനം പലപ്പോഴും സാത്താന്റെ പ്രവാസത്തിലേക്കു പോകുന്നതിന് കാരണം, വെളിപ്പാടില്ലായ്മയാണ് അഥവാ അറിവില്ലായ്മ യാണ്. (യെശ. 5:13).

വെളിപ്പാടിന് ''അറിവ്' എന്ന ഒരർത്ഥവുമുണ്ട്. ദൈവത്തെ അറിയുന്നവർക്കേ ദൈവത്തെ മറ്റുള്ളവർക്കു കൊടുക്കാൻ സാധിക്കുകയുള്ളു. ആ ദൈവീക അറിവ് പുത്രനും, പുത്രൻ വെളിപ്പെ ടുത്തിക്കൊടുപ്പാൻ ഇച്ഛിക്കുന്നവനും അല്ലാതെ ആരും അറിയുന്നതുമില്ല (മത്താ. 11:27, ലൂക്കൊ. 10:22). എന്നാൽ ദൈവം അത് ജ്ഞാനികൾക്കും വിവേകികൾക്കും മറച്ച് ശിശുക്കൾക്ക് വെളിപ്പെ ടുത്തിയിരിക്കുന്നു (മത്താ. 11:25, ലൂക്കൊ. 10:21). ദൈവത്തെ ദൈവമായി അറിയുന്ന ജനം ഏത് പ്രശ്ന ങ്ങളിലും പ്രതികൂലങ്ങളിലും ഉറച്ച് നിൽക്കും. അവരിലൂടെ ദൈവം തന്റെ വീര്യപ്രവൃത്തികൾ വെളിപ്പെടുത്തുകയും ചെയ്യും (ദാനീ. 11:32). അപ്രകാരമുള്ള അസാധാരണമായ വീര്യപ്രവൃത്തികൾ ആത്മാക്കളുടെ കണ്ണുകളെ തുറക്കും.

യേശു ശുശ്രൂഷിച്ചതും ശുശ്രൂഷ ഏൽപ്പിച്ചതും യേശുവിന്റെ അടുക്കൽ കടന്നു വന്നവരുടെ അപ്പോഴത്തെ അവസ്ഥ കണ്ടിട്ടല്ല. ഭാവി ദർശിച്ചിട്ടാണ്.ചില ഉദാഹരണങ്ങൾ നോക്കാം.

1. **പൗലൊസ്** :- മനുഷ്യരുടെ കാഴ്ചപ്പാടിൽ, സഭയെ ഉപദ്രവിക്കുകയും (അപ്പൊ. 9:5) വിശുദ്ധ ന്മാർക്കു ദോഷം വരുത്തുകയും ചെയ്യുന്ന ശൗൽ (അപ്പൊ. 9:13). ദൈവത്തിന്റെ ദൃഷ്ടിയിൽ സഭകളെ സ്ഥാപിക്കുന്ന, ലേഖനങ്ങൾ എഴുതുന്ന, ശക്തനായ അപ്പൊസ്തലൻ (അപ്പൊ.9:15-16, 1കൊരി 1:1, ഗലാ 1:1, എഫെ. 1:1).

2. **ദാവീദ്** :- മാനുഷിക ദൃഷ്ടിയിൽ ആട്ടിടയൻ. ദൈവം കണ്ടത് അവനിലെ രാജാവിനെയാണ്.

3. **ഗിദയോൻ** :- മാനുഷിക ദൃഷ്ടിയിൽ ഭീരു. ദൈവീക ദൃഷ്ടിയിൽ പരാക്രമശാലി (ന്യായ. 6:12).

4. **പത്രൊസ്** :-മാനുഷിക ദൃഷ്ടിയിൽ മീൻപിടുത്തക്കാരൻ. ദൈവീക ദൃഷ്ടിയിൽ മനുഷ്യരെ പിടി ക്കുന്ന അപ്പൊസ്തലൻ.മത്താ. 4:19, മർ. 1:17

5. **യാക്കോബ്** :- യാക്കോബിനെ ഉപായിയായി മനുഷ്യർ കണ്ടപ്പോൾ യാക്കോബിൽ മറഞ്ഞിരുന്ന യിസ്രായേൽ എന്ന ജാതിയെയും രാജ്യത്തെയുമാണ് ദൈവം കണ്ടത്.

എല്ലാറ്റിനുമുപരി നമ്മുടെ മാതൃകയായ ക്രിസ്തുവെന്ന അഭിഷിക്തനിൽ ജനം കണ്ടത് മറിയ യുടെ മകനായ യേശുവിനെയാണ്.

ചുരുക്കിപ്പറഞ്ഞാൽ എല്ലാ ദൈവമക്കളിലും പുറത്തെ മനുഷ്യനായ യാക്കോബും അകത്തെ മനുഷ്യനായ യിസ്രായേലും ഉണ്ട്. ഒരു വ്യക്തി നമ്മുടെ അടുത്ത് വരുമ്പോൾ നമ്മുടെ നഗ്നനേത്ര ങ്ങൾ കൊണ്ടു കാണുന്ന പുറത്തെ മനുഷ്യനെ കാണാതെ നമ്മുടെ ആത്മീയക്കണ്ണുകൾ തുറന്ന് അവരുടെ അകത്തെ മനുഷ്യനെ കാണണം. ഭാവിയിൽ ദൈവം അവനെ ആരാക്കി തീർക്കാൻ പോകുന്നുവെന്നു കാണണം. അവരുടെ വിളി എന്തെന്നു മനസ്സിലാക്കണം. അതാണ് വെളിപ്പാട്. അഥവാ വിവേചനം. ഇന്ന് സഭയിൽ ഏറ്റവും അത്യാവശ്യമായിരിക്കുന്ന വരമാണിത്. ആ വെളിപ്പാ ടുപയോഗിച്ച് നമ്മുടെ അടുത്തെത്തുന്ന ഏതു വ്യക്തിയെയും ക്രിസ്തുവെന്ന തലയോളം സകല ത്തിലും വളർത്തണമെന്ന കാഴ്ചപ്പാടോടുകൂടി ശുശ്രൂഷിക്കുന്നവരെയാണ് അന്ത്യകാല ഉണർവ്വിനു ദൈവത്തിനാവശ്യം. അവരുടെ കൈകളിലാണ് അന്ത്യകാല ഉണർവ്വിന്റെ താക്കോലുകൾ ഏൽപ്പി ക്കുന്നത്. ആ ദൈവീക വെളിപ്പാടിനായി നമുക്കു നമ്മെതന്നെ ദൈവകരങ്ങളിൽ സമർപ്പിച്ച് പ്രാർത്ഥിക്കാം.

ക്രിസ്തുവിന്റെ മനസ്സ്

ക്രിസ്തുവിന്റെ മനസ്സുള്ളവരിൽ ദൈവം പ്രസാദിക്കുന്നു. കർത്താവായ യേശുക്രിസ്തുവിന്റെ വിലയേറിയ രക്തത്താൽ കഴുകൽ പ്രാപിച്ച് പരിശുദ്ധാത്മാവിനാൽ നയിക്കപ്പെടുന്ന എല്ലാവർക്കും ക്രിസ്തുവിന്റെ മനസ്സുണ്ട്.

"ആത്മികനോ സകലത്തെയും വിവേചിക്കുന്നു, താൻ ആരാലും വിവേചിക്കപ്പെടുന്നതുമില്ല. കർത്താവിന്റെ മനസ്സ് അറിഞ്ഞ് അവനെ ഗ്രഹിപ്പിക്കാവുന്നവൻ ആര്? നാമോ ക്രിസ്തുവിന്റെ മനസ്സുള്ളവർ ആകുന്നു". 1 കൊരി. 2:15,16..

ക്രിസ്തുവിന്റെ മനസ്സെന്നാൽ ക്രിസ്തുവിന്റെ ചിന്തയാണെന്നും ആത്മാവിന്റെ ഫലമാണെന്നും തിരുവചനത്തിൽ രേഖപ്പെടുത്തിയിരിക്കുന്നു.

"ജഡത്തിന്റെ ചിന്ത മരണം, ആത്മാവിന്റെ ചിന്തയോ ജീവനും സമാധാനവും തന്നെ." റോമ. 8:6,

"ജഡത്തിന്റെ ചിന്ത ദൈവത്തോടു ശത്രുത്വം ആകുന്നു; അതു ദൈവത്തിന്റെ ന്യായപ്രമാണത്തിനു കീഴ്പ്പെടുന്നില്ല, കീഴ്പ്പെടുവാൻ കഴിയുന്നതുമല്ല." റോമ. 8:7.

ഇവിടെ ചിന്ത എന്നതിന് ഇംഗ്ലീഷിലും ഹിന്ദിയിലും "മനസ്സ്" എന്ന പദമാണ് കൊടുത്തിരിക്കുന്നത്. ക്രിസ്തുവിന്റെ മനസ്സ് എന്നതിന് ക്രിസ്തുവിന്റെ ആത്മാവെന്നും രേഖപ്പെടുത്തിയിരിക്കുന്നു. നമ്മുടെ മനസ്സിനെ നാം പുതുക്കുമ്പോഴാണ് (റോമ12:2) ക്രിസ്തുവിന്റെ മനസ്സുള്ളവർ ആകുന്നത്. (എഫെ. 4:23,24) **മനസ്സ് പുതുക്കണമെങ്കിൽ ചിന്ത മാറണം.** ഭൂമിയിലുള്ളത് ചിന്തിക്കാതെ ക്രിസ്തു ഇരിക്കുന്നിടമായ ഉയരത്തിലുള്ളത് ചിന്തിക്കണം. (കൊലൊ. 3:2) മനസ്സ് പുതുക്കിയാൽ മാത്രം പോരാ. രൂപാന്തരപ്പെടുകയും വേണം (റോമ. 12:2). അതിനായി ജീവനും സമാധാനവും നൽകുന്ന ആത്മാവിനുള്ളത് ചിന്തിക്കണം ,സംസാരിക്കണം.

"ജഡസ്വഭാവമുള്ളവർ ജഡത്തിനുള്ളതും ആത്മ സ്വഭാവമുള്ളവർ ആത്മാവിനുള്ളതും ചിന്തിക്കുന്നു." റോമ. 8:5

"ജഡത്തിന്റെ ചിന്ത മരണം. ആത്മാവിന്റെ ചിന്തയോ ജീവനും സമാധാനവും തന്നേ." റോമ.8:6.

ആത്മാവിനുള്ളത് ചിന്തിക്കണമെങ്കിൽ ആത്മ സ്വഭാവമായ ക്രിസ്തുവിന്റെ ഭാവം /സ്വഭാവം ആവശ്യം (ഫിലി. 2:5). അതെന്തൊക്കെയാണെന്നു നോക്കാം…..

1. ആശ്വാസം.
2. കൂട്ടായ്മ
3. ആർദ്രത
4. മനസ്സലിവ്
5. ഏകമനസ്സ്
6. ഏകസ്നേഹം
7. ഐകമത്യം
8. ഏകഭാവം
9. താഴ്മ
10. ശാഠ്യവും ദുരഭിമാനവും പാടില്ല.
11. മറ്റുള്ളവരെ തന്നേക്കാൾ ശ്രേഷ്ഠൻ എന്നു എണ്ണണം.
12. സ്വന്തഗുണമല്ല, മറ്റുള്ളവന്റെ ഗുണവും കൂടെ നോക്കണം (ഫിലി. 2:1-4).

ക്രിസ്തുവിന്റെ മനസ്സുള്ള ആത്മീയരിൽ നിന്നും ഗലാത്യർ 5:22, 23 എന്നീ വാക്യങ്ങളിൽ രേഖപ്പെടുത്തിയിരിക്കുന്ന യേശുക്രിസ്തുവിന്റെ ആത്മാവായ പരിശുദ്ധാത്മാവിന്റെ ഫലവും പുറപ്പെടണം.

"നിങ്ങളുടെ പ്രാർത്ഥനയാലും **യേശുക്രിസ്തുവിന്റെ ആത്മാവിന്റെ** സഹായത്താലും അത് എനിക്കു രക്ഷാകാരണമായിത്തീരും എന്ന് ഞാൻ അറിയുന്നു." ഫിലി. 1:19,

"നിങ്ങൾ മക്കൾ ആകകൊണ്ട് അബ്ബാ പിതാവേ എന്നു വിളിക്കുന്ന **സ്വപുത്രന്റെ ആത്മാവിനെ** ദൈവം നമ്മുടെ ഹൃദയങ്ങളിൽ അയച്ചു." ഗലാ. 4:6.

"മുസ്യയിൽ എത്തി ബിഥുന്യെയ്ക്കു പോകുവാൻ ശ്രമിച്ചു; **യേശുവിന്റെ ആത്മാവോ** അവരെ സമ്മതിച്ചില്ല." അപ്പൊ. 16:7

ചുരുക്കിപ്പറഞ്ഞാൽ **ആത്മാവിനെ അനുസരിച്ച് നടക്കുന്നവരും** (ഗലാ. 5:16,18,25) **ആത്മാവിനാൽ നിയന്ത്രിക്കപ്പെടുന്നവരുമാണ് ക്രിസ്തുവിന്റെ മനസ്സുള്ളവർ.** അവർ തങ്ങളുടെ ജഡത്തെ അതിന്റെ രാഗമോഹങ്ങളോടു കൂടി ക്രൂശിച്ചവരും (ഗലാ. 5:24). വ്യത്യസ്തരുമാണ്. അവരുടെ ചിന്ത ഉയരത്തിലുള്ളതും, സത്യമായതും, ഘനമായതും, നീതിയായതും, നിർമ്മലമായതും, രമ്യമായതും സത്ക്കീർത്തിയായതും, സത്ഗുണമോ, പുകഴ്ചയോ അത് ഒക്കെയും ആയിരിക്കും (ഫിലി. 4:8). ഇപ്രകാരം **ക്രിസ്തുവിനെപ്പോലെ വ്യത്യസ്തമായി ചിന്തിക്കുന്നവരെ** യാണ് അന്ത്യകാല ഉണർവ്വിന് ദൈവത്തിനാവശ്യം.

ക്രിസ്തുവിന്റെ മനസ്സ്, അലിവുള്ളതാണ്. ദൈവീക മനസ്സലിവ് അന്ത്യകാല ഉണർവ്വിന്റെ ഒരു താക്കോലാണെന്ന് കഴിഞ്ഞ ഗ്രന്ഥത്തിൽ നാം മനസ്സിലാക്കിയല്ലോ? മനസ്സലിവ് വെളിപ്പെടുന്നിടത്ത് പരിശുദ്ധാത്മാവ് ഇറങ്ങി ചലിക്കുകയും. പ്രകൃത്യാതീതമായ ദൈവപ്രവൃത്തികൾ നടക്കുകയും ഈ ലോകത്തിലെ ദൈവം കുരുടാക്കിയിരിക്കുന്ന ആത്മീയ കണ്ണുകൾ തുറക്കപ്പെടുകയും ജനം മാനസാന്തരപ്പെട്ട്, സ്നാനം ഏറ്റ് സഭയോടു ചേരുകയും ചെയ്യും (അപ്പൊ. 2:41) അതാണ് ഉണർവ്വ്.

താഴ്മയും മനസ്സലിവും ഇരട്ട സഹോദരങ്ങൾ എന്നതുപോലെ ഒരുമിച്ച് നിൽക്കും. ഒരുമിച്ച് പ്രവർത്തിക്കും. നാം മനസ്സലിവോടെ പ്രവർത്തിക്കാൻ ആഗ്രഹിക്കുന്നുവെങ്കിൽ ക്രിസ്തുവിന്റെ സ്വഭാവമായ താഴ്മ ആവശ്യം. **ഈ ലോകത്തിൽ ഏറ്റവും അധികം താഴ്ത്തപ്പെട്ടവനും താഴ്മ ധരി ച്ചപ്രവ്യക്തൻ നമ്മുടെ മാധ്യക്ഷയായ കർത്താവായ യേശുക്രിസ്തു.** യേശുവിന്റെ താഴ്മ ഫിലിപ്പി യർ 2-ാം അദ്ധ്യായത്തിൽ കാണുവാൻ സാധിക്കും. സ്വർഗ്ഗത്തിൽ സർവ്വ സുഖലോലുപതയിൽ ദൂതന്മാരാൽ ആരാധിക്കപ്പെട്ടവൻ, അതെല്ലാം മാറ്റിവച്ച് ദാസരൂപം (അടിമവേഷം) എടുത്തു. ക്രൂശിലെ മരണത്തോളം അനുസരണമുള്ളവനായിത്തീർന്നു. **പാപികളായ നമ്മോടുള്ള മനസ്സലി വാണ് അപ്രകാരം ഒരു തീരുമാനമെടുത്ത് ഈ ലോകത്തിലേക്ക് വന്ന് നമുക്കുവേണ്ടി ക്രൂശിൽ മരിക്കാൻ തന്നെ പ്രേരിപ്പിച്ചത്.**

യേശു ഈ ലോകത്തിലായിരുന്നപ്പോൾ വിശന്ന **പുരുഷാരത്തെ കണ്ടു മനസ്സലിഞ്ഞു.** (മത്താ. 14:14), **വിധവയെ കണ്ടു മനസ്സലിഞ്ഞു.** (ലൂക്കൊ. 7:13-15) **കുരുടനെ കണ്ടു മനസ്സലിഞ്ഞു.** (മത്താ. 20:24), **കുഷ്ഠരോഗിയെ കണ്ടു മനസ്സലിഞ്ഞു.** (മർ. 1:41,42)

യേശു എവിടെയെല്ലാം മനസ്സലിഞ്ഞോ അവിടെയെല്ലാം അത്ഭുതങ്ങൾ നടന്നു. ഇന്നും, ദൈവീക മനസ്സലിവുള്ളവരിലൂടെ മറ്റാരിലൂടെയും നടക്കാത്ത പ്രകൃത്യാതീതമായ അത്ഭുതങ്ങൾ നടക്കുകയും അത് ആത്മാക്കളുടെ കണ്ണുകളെ തുറക്കുകയും അവിടെ ഉണർവ്വ് സംഭവിക്കുകയും ചെയ്യും.

ഈ അന്ത്യകാല സഭയിൽ ലോകം കണ്ടിട്ടില്ലാത്തതും അനുഭവിച്ചിട്ടില്ലാത്തതുമായ ഉണർവ്വിനായി യേശുവിന്റെ മനസ്സലിവുള്ളവരെ ദൈവത്തിനാവശ്യമുണ്ട്. ആകയാൽ അന്ത്യകാല ഉണർവ്വിന്റെ തീ ചുമക്കാൻ ആഗ്രഹിക്കുന്ന പ്രിയ സഹോദരങ്ങളെ, നമ്മുടെ കല്ലായുള്ള കഠിന ഹൃദയങ്ങളെ ദൈവകരങ്ങളിൽ ഏൽപ്പിച്ച് മാംസളമായ മനസ്സലിവിന്റെ ഹൃദയം തരുന്നതിനായി സ്രഷ്ടാവാം ദൈവത്തോട് പ്രാർത്ഥിക്കാം. ദാഹിക്കാം. നമുക്കു പുതിയ ഹൃദയം തരാമെന്ന് വാഗ്ദ ത്തം ചെയ്ത വാഗ്ദത്തങ്ങളിൽ വിശ്വസ്തനായ ദൈവം നമ്മുടെ കല്ലായുള്ള ഹൃദയം മാറ്റി പകരം യേശുവിന്റെ മനസ്സലിവുള്ള ഹൃദയം നൽകി ഉണർവ്വിനടിസ്ഥാനമായ പരിശുദ്ധാത്മാവിനെയും നമ്മുടെ ഉള്ളിലാക്കും (യെഹ. 36:27, 37:14) **പരിശുദ്ധാത്മാവ് ജീവനുള്ളതും ജീവിപ്പിക്കുന്നതുമായ ആത്മാവാണ്.** ആയതിനാൽ അത് വെറുതെഇരിക്കുകയില്ല. അവിടുന്ന് ചലിക്കും, പ്രവർത്തിക്കും. ആത്മാക്കളെ മാനസാന്തരപ്പെടുത്തി ,രൂപാന്തരപ്പെടുത്തി, ക്രിസ്തുവിനോടും സഭയോടും ചേർക്കും.

ആകയാൽ "ഞാൻ നിങ്ങൾക്കു പുതിയൊരു ഹൃദയം തരും; പുതിയൊരു ആത്മാവിനെ ഞാൻ നിങ്ങളുടെ ഉള്ളിൽ ആക്കും; **കല്ലായുള്ള ഹൃദയം ഞാൻ നിങ്ങളുടെ ജഡത്തിൽ നിന്നു നീക്കി മാംസമായുള്ള ഹൃദയം നിങ്ങൾക്കു തരും."** യെഹ. 36:26

"അവൻ എന്റെ ചട്ടങ്ങളിൽ നടന്ന് എന്റെ വിധികളെ പ്രമാണിച്ച് ആചരിക്കേണ്ടതിന് ഞാൻ അവർക്കു വേറൊരു ഹൃദയത്തെ നല്കുകയും പുതിയൊരു ആത്മാവിനെ ഉള്ളിൽ ആക്കുകയും

ചെയ്യും. കല്ലായുള്ള ഹൃദയം ഞാൻ അവരുടെ ജഡത്തിൽ നി ന്നു നീക്കി മാംസമായുള്ള ഹൃദയം അവർക്കു കൊടുക്കും." യെഹ. 11:19.

മനസ്സലിവുള്ള ഹൃദയം ഉള്ളവർക്കു മാത്രമേ മറ്റുള്ളവരുടെ വിഷയങ്ങളിൽ ഹൃദയനുറുക്കം വരികയുള്ളൂ. ഹൃദയം നുറുങ്ങുമ്പോഴാണ് ദൈവം സമീപസ്ഥനായി അവരെ രക്ഷിക്കുന്നത്. സങ്കീ.34:18.

ആത്മാവിനായി ദാഹിക്കുന്നവരെയും നമ്മുടെ ദൈവം തൃപ്തിപ്പെടുത്തും.

- "ഉത്സവത്തിന്റെ മഹാദിനമായ ഒടുക്കത്തെ നാളിൽ യേശു നിന്നുകൊണ്ട്: ദാഹിക്കുന്നവൻ എല്ലാം എന്റെ അടുക്കൽ വന്ന് കുടിക്കട്ടെ."യോഹ. 7: 37

- "ഞാൻ എന്റെ ആത്മാവിനെ നിങ്ങളുടെ ഉള്ളിൽ ആക്കി നിങ്ങളെ എന്റെ ചട്ടങ്ങളിൽ നട ക്കുമാറാക്കും". യെഹ. 36:27

- "നിങ്ങൾ ജീവിക്കേണ്ടതിനു ഞാൻ എന്റെ ആത്മാവിനെ നിങ്ങളിൽ ആക്കും". യെഹ.37:14

അവസാനമായി മനസ്സിലാക്കുക, ക്രിസ്തുവിന്റെ മനസ്സുള്ള ആത്മീയർക്കു മാത്രമേ ദൈവം വെളിപ്പെടുത്തുന്ന കാര്യങ്ങൾ കാണാനും മനസ്സിലാക്കാനും സാധിക്കുകയുള്ളൂ. മാത്രമല്ല, മനസ്സലിവുള്ളവരിലേക്ക് ഇരുമ്പു കാന്തത്തിലേക്കു ആകർഷിക്കപ്പെടുന്നതുപോലെ സർവ്വശ ക്തനാം ദൈവവും ജനവും ആകർഷിക്കപ്പെടും.

അങ്ങനെ നമ്മുടെ പിതാവ് മനസ്സലിവുള്ളവൻ ആകുന്നതുപോലെ നമുക്കും മനസ്സലിവുള്ളവർ ആകാം. (ലൂക്കൊ. 6:36). ജനത്തെ ദൈവത്തിങ്കലേക്ക് ആകർഷിക്കാം.

അദ്ധ്യായം 7
ആത്മസ്വഭാവം

ആത്മസ്വഭാവമുള്ളവരിൽ ദൈവം പ്രസാദിക്കുന്നു. സത്യവേദപുസ്തകത്തിൽ ആത്മീയത യുടെ അടിസ്ഥാനത്തിൽ മാനവരാശിയെ പ്രധാനമായും മൂന്നായി തരംതിരിച്ചിരിക്കുന്നു.

1. **പ്രാകൃതർ (നാച്ചുറൽ):-** തിരുവചന പ്രകാരം ദൈവത്തിലും ദൈവ വചനത്തിലും വിശ്വ സിക്കാത്തവരും അനുസരിക്കാത്തവരുമാണ് പ്രാകൃതർ.

   - "എന്നാൽ പ്രാകൃത മനുഷ്യൻ ദൈവാത്മാവിന്റെ ഉപദേശം കൈക്കൊള്ളുന്നില്ല. അത് അവന് ഭോഷത്വം ആകുന്നു". 1 കൊരി. 2:14.

   - "ക്രൂശിന്റെ വചനം നശിച്ചുപോകുന്നവർക്കു ഭോഷത്വവും രക്ഷിക്കപ്പെടുന്ന നമുക്കോ ദൈവശക്തിയും ആകുന്നു." 1 കൊരി. 1:18

   - "ബുദ്ധികെട്ടവരും അനുസരണമില്ലാത്തവരും വഴിതെറ്റി നടക്കുന്നവരും നാനാമോ ഹങ്ങൾക്കും ഭോഗങ്ങൾക്കും അധീനരും ഈർഷ്യയിലും അസൂയയിലും കാലം കഴിക്കുന്നവരും ദ്വേഷിതരും അന്യോന്യം പകെക്കുന്നവരും ആണ് പ്രാകൃതർ" തീത്തൊ. 3:3.

   ചുരുക്കിപ്പറഞ്ഞാൽ റോമർ 10 ന്റെ 9, 10 വാക്യങ്ങളിൽ രേഖപ്പെടുത്തിയിരി ക്കുന്ന പ്രകാരം യേശുവിനെ കർത്താവ് എന്നു വായ്കൊണ്ടു ഏറ്റു പറകയും ദൈവം അവനെ മരിച്ചവരിൽ നിന്നു ഉയിർത്തെഴുന്നേൽപിച്ചു എന്നു ഹൃദയം കൊണ്ടു, നീതിക്കായി വിശ്വസിഥയും വായിഥൊണ്ടു രക്ഥഥായി ഏറ്റു പറയുഥയും ചെയ്യുമ്പോൾ മഹത്വത്തിന്റെ പ്രത്യാശയായ ക്രിസ്തു ഹൃദയത്തിൽ കടന്നു വരുന്നു. അപ്രകാരം, ക്രിസ്തു ഹൃദയ ത്തിൽ ഉള്ളവരെയാണ് രക്ഷിക്കപ്പെട്ടവർ എന്നു പറയുന്നത്. **രക്ഷിക്കപ്പെടാത്ത ഏവ രെയും പ്രാകൃതർ എന്ന ഗണത്തിലാണ് ദൈവം ഉൾപ്പെടുത്തിയിരിക്കുന്നത്. ഒരിക്കൽ വീണ്ടും ജനിച്ചുവെങ്കിലും വീണ്ടുംജനനത്തിന്റെ അനുഭവം ഇല്ലാത്തവരും ഈ ഗണത്തിൽപ്പെടും.** പ്രാകൃതർ പാപസ്വഭാവത്തിൽ തന്നെ ജീവിക്കുന്നു. അവർ വീണ്ടും ജനിക്കുന്നില്ല. ജഡമോഹങ്ങളിൽ നടന്നു ജഡത്തിനും മനോവികാരങ്ങൾക്കും ഇഷ്ടമാ യത് ചെയ്യുന്നു. (എഫെ. 2:3. ഗലാ. 5:19,) കാരണം, അവരിൽ പരിശുദ്ധാത്മാവ് വസിക്കുന്നില്ല. അതുകൊണ്ടുതന്നെ അവർക്കു ദൈവീക കാര്യങ്ങൾ മനസ്സിലാക്കാനും സാധിക്കുകയില്ല.

2. **ജഡീകന്മാർ (കാർണൽ):-** ആത്മീയ വളർച്ചയില്ലാത്ത, ക്രിസ്തുവിൽ ശിശുക്കളാണ് ജഡീകന്മാർ. (1കൊരി. 3:1). അവർ ജഡത്തെ അനുസരിച്ച് നടക്കുകയും ജീവിക്കുകയും ചെയ്യുന്നു. (റോമ. 8:13). **സ്വന്തയിഷ്ടപ്രകാരവും സ്വന്ത ആഗ്രഹപ്രകാരവും ജീവിക്കുന്ന വീണ്ടും ജനിച്ചവരും ജഡീകരാണ്.** അവരെ ഭരിക്കുന്നതും നിയന്ത്രിക്കുന്നതും അവരുടെ സ്വയമാണ്. മാത്രമല്ല, **സഭകളിൽ ഭിന്നതയുണ്ടാക്കുന്നവരും ദൈവ വചന പ്രകാരം ജഡീക ന്മാർ ആണ്.** (1കൊരി. 3:4). ഒരു പക്ഷേ അവർ ലീഡറോ, ഡീക്കനോ, സെക്രട്ടറിയോ, കമ്മറ്റി മെമ്പറോ ആയിരിക്കാം. **പാസ്റ്റർ ആയാലും പാസ്റ്ററമ്മ ആയാലും ക്രിസ്തുവിന്റെ മണവാട്ടി സഭയിൽ ഭിന്നതയുണ്ടാക്കുന്നവരും വഴക്കുണ്ടാക്കുന്നവരും ജഡീകരാണ്.** അവർ ദൈവ വചനത്തിന്റെ ബാലപാഠങ്ങളായ പാൽ കുടിക്കാൻ ആഗ്രഹിക്കുന്നു. (1കൊരി.3:2) **ചുരുക്കിപ്പറഞ്ഞാൽ ദൈവത്തിന്റെ ആത്മാവ് വസിക്കാത്ത ജഡസ്വഭാവം ഉള്ളവർ ജഡീകരാണ്. (റോമ. 8:9)**

   "ജഡ സ്വഭാവമുള്ളവർക്കു ദൈവത്തെ പ്രസാദിപ്പിപ്പാൻ കഴിവില്ല". (റോമ. 8:8)അതു കൊണ്ട് അന്ത്യകാല ഉണർവ്വിന്റെ തീ ചുമക്കാനും അവർ യോഗ്യരല്ല. ആകയാൽ അന്ത്യ കാല ഉണർവ്വിന്റെ താക്കോലുകൾ ദൈവം അവരുടെ കയ്യിൽ ഏല്പിക്കുകയുമില്ല. ജഡീ കൻ പാപത്തിന് ദാസനാണെന്നും തിരുവചനം പറയുന്നു. **"ഞാനോ ജഡമയൻ, പാപ ത്തിനു ദാസനായി വില്ക്കപ്പെട്ടവൻ തന്നേ"** (റോമ. 7:14) പാപത്തിന്റെ ദാസന്മാർക്കും ഉണർവ്വിന്റെ ചാനലാകാൻ കഴിയുകയില്ല.

3. **ആത്മീയർ:-** മൂന്നാമത്തെ കൂട്ടരാണ് ആത്മീയർ. ജീവിതം പൂർണ്ണമായി ദൈവത്തിനു വേണ്ടി സമർപ്പിക്കപ്പെട്ടവരും പരിശുദ്ധാത്മാവിനെ അനുസരിക്കുന്നവരും പരിശുദ്ധാത്മാ വിനാൽ നയിക്കപ്പെടുന്നവരും നിയന്ത്രിക്കപ്പെടുന്നവരുമാണ് ആത്മീയർ. (റോമ. 8:14) അവർ ന്യായപ്രമാണത്തിൻ കീഴുള്ളവരല്ല (ഗലാ. 5:18). ഗലാ. 5 ന്റെ 19, 20, 21, വാക്യ ങ്ങളിൽ രേഖപ്പെടുത്തിയിരിക്കുന്ന ജഡത്തിന്റെ പ്രവൃത്തികൾ അവരിൽ നിന്നും പുറപ്പെടു കയില്ല. അവർ എപ്പോഴും സന്തോഷമുള്ളവരും മറ്റുള്ളവരെ ഇടിച്ച് താഴ്ത്തുകയോ അപമാ നിക്കുകയോ ചെയ്യാതെ അവരോട് ദയ ഉള്ളവരും ആയിരിക്കും.

യോഗ്യരല്ലാത്ത പ്രാകൃതരുടെയും ജഡീകരുടെയും കരങ്ങളിൽ ഉണർവ്വിന്റെ താക്കോലുകൾ ഏല്പിച്ചാൽ അത്‌വരുടെ നാശത്തിനു കാരണമാകുമെന്നു തിരുവെഴുത്ത് പറയുന്നു.

"പുതുവീഞ്ഞ് പഴയ തുരുത്തിയിൽ പകരുമാറുമില്ല, പകർന്നാൽ തുരുത്തി പൊളിഞ്ഞ് വീഞ്ഞ് ഒഴുകിപ്പോഴും. തുരുത്തിയും നശിച്ചു പോകും. പുതുവീഞ്ഞ് പുതിയ തുരുത്തി യിലേ പകർന്നു വയ്ക്കുകയുള്ളൂ. അങ്ങനെ രണ്ടും ഭദ്രമായിരിക്കും." മത്താ. 9:17

ഇവിടുത്തെ പഴയതുരുത്തി നമ്മുടെ പുറത്തെ മനുഷ്യനായ ജഡീക മനുഷ്യനാണ്. പുതിയ തുരുത്തി അകത്തെ മനുഷ്യനുമാണ്. രക്ഷിക്കപ്പെട്ട ഒരു ദൈവ പൈതലിൽ രണ്ടു വ്യക്തിത്വങ്ങളുണ്ട്. അകത്തെ മനുഷ്യനായ ക്രിസ്തുവിന്റെ വ്യക്തി ത്വവും, പുറത്തെ മനുഷ്യനായ നമ്മുടെ വ്യക്തിത്വവും. കർത്താവായ യേശുക്രിസ്തുവിനെ നമ്മുടെ രക്ഷിതാവും കർത്താവുമായി ഹൃദയത്തിൽ സ്വീകരിക്കുമ്പോൾ മഹത്വത്തിന്റെ പ്രത്യാശയായ ക്രിസ്തു നമ്മുടെ ഹൃദയത്തിൽ വന്നു വസിക്കുന്നു. (കൊലൊ. 1:27) ആ ക്രിസ്തുവിനെയാണ് അകത്തെ മനുഷ്യനെന്നും (എഫെ. 3:16, 2 കൊരി. 4:16) പുതിയ മനു ഷ്യനെന്നും (എഫെ. 4:24, കൊലൊ. 3:10) പറയുന്നത്. നമ്മുടെ വ്യക്തിത്വമാണ് പുറത്തെ മനുഷ്യൻ (2 കൊരി. 4:16) അഥവാ പഴയ മനുഷ്യൻ (കൊലൊ. 3:10).

ഒരേ സമയം ഒരു ശരീരത്തിൽ രണ്ടു വ്യക്തിത്വങ്ങൾക്കു വാഴാൻ കഴിയുകയില്ല. ഒരു വ്യക്തി മരിച്ചേ മതിയാകൂ. ഒരു അവിശ്വാസിയുടെ ജീവിതത്തിലെ അകത്തെ മനുഷ്യൻ മരി ച്ചതാണ്. ആകയാൽ പുറത്തെ മനുഷ്യനായ ജഡം അവരെ നയിക്കുകയും നിയന്ത്രിക്കു കയും ചെയ്യും. പരിശുദ്ധാത്മാവിനാൽ നിയന്ത്രിക്കപ്പെടണമെങ്കിൽ പഴയ മനുഷ്യൻ മരി ക്കണം. ഇതൊരു അക്ഷരീക മരണമല്ല. ഒന്നോ രണ്ടോ ദിവസങ്ങൾ കൊണ്ടോ മാസ ങ്ങൾകൊണ്ടോ സംഭവിക്കുന്ന കാര്യവുമല്ല. **ദിവസേന മരിക്കണം.**

- "സഹോദരന്മാരെ, നമ്മുടെ കർത്താവായ ക്രിസ്തുയേശുവിങ്കൽ എനിക്കു നിങ്ങളിലുള്ള പ്രശംസയാണ **ഞാൻ ദിവസേന മരിക്കുന്നു".** 1 കൊരി. 15:31

- "നിന്റെ നിമിത്തം ഞങ്ങളെ **ഇടവിടാതെ കൊല്ലുന്നു".** റോമ. 8:36.

- "നിന്റെ നിമിത്തം ഞങ്ങളെ **ദിവസംപ്രതി കൊല്ലുന്നു.** അറുപ്പാനുള്ള ആടുകളെപോലെ ഞങ്ങളെ എണ്ണുന്നു". സങ്കീ. 44:22.

പുറത്തെ മനുഷ്യൻ മരിക്കുമ്പോഴാണ് പരിശുദ്ധാത്മാവ് പൂർണ്ണ നിയ ന്ത്രണം ഏറ്റെടുക്കുന്നത്. അപ്പോൾ ഒരു വ്യക്തി ആത്മീയ പക്വതയിലെത്തുകയും അവരിൽ നിന്നും ആത്മീയ ഫലം പുറപ്പെടുകയും ചെയ്യും. ആത്മാവിന്റെ ഫലമായ സ്നേഹം, സന്തോഷം, സമാധാനം, ദീർഘക്ഷമ, ദയ, പരോപകാരം, വിശ്വസ്തത, സൗമ്യത, ഇന്ദ്രിയജയം (ഗലാ. 5:22, 23) എന്നിവ ഒരു വ്യക്തിയിൽ നിന്നും പുറപ്പെടുന്നത് കാണു മ്പോൾ ഈ ലോകത്തിന്റെ ദൈവം കുരുടാക്കിയിരിക്കുന്ന അവിശ്വാസികളുടെ മനസ്സ് തുറ ക്കപ്പെടുകയും ക്രിസ്തുവിന്റെ തേജസ്സുള്ള സുവിശേഷം അവരിൽ പ്രകാശിക്കുകയും അവർ മാനസാന്തരപ്പെടുകയും ചെയ്യും. അപ്രകാരം ആത്മീയ ഫലം പുറപ്പെടുവിക്കുന്നവരി ലൂടെ അന്ത്യകാല ഉണർവ്വ് സംഭവിക്കും.

"ദൈവപ്രതിമയായ ക്രിസ്തുവിന്റെ തേജസ്സുള്ള സുവിശേഷത്തിന്റെ പ്രകാശനം ശോഭിക്കാ തിരിപ്പാൻ ഈ ലോകത്തിന്റെ ദൈവം അവിശ്വാസികളുടെ മനസ്സു കരുടാക്കി". 2 കൊരി. 4: 4

കർത്താവിൽ പ്രിയ സഹോദരങ്ങളേ, വർഷങ്ങളായി പ്രസംഗങ്ങളും പ്രവചനങ്ങളും കേട്ടിട്ടും ബൈബിളും വായിച്ചിട്ടും മാനസാന്തരപ്പെടാത്തവരെയും, ഒരിക്കൽ പോലും

യേശുവിനെക്കുറിച്ച് കേട്ടിട്ടില്ലാത്തവരെയും ബൈബിൾ വായിച്ചിട്ടില്ലാത്തവരെയും സ്വാധീ നിക്കാൻ ക്രിസ്തുവിന്റെ സ്വഭാവമായ അത്മാവിന്റെ ഫലത്തിന് ശക്തിയുണ്ട്.

ആകയാൽ നമുക്കു നമ്മെത്തന്നെ മരിപ്പിക്കാം. ആത്മാവിന്റെ ഫലം എന്ന താക്കോലി നാൽ ആത്മാക്കളുടെ കണ്ണുകളെ തുറക്കാം. അവർ കർത്താവിങ്കലേക്ക് വരട്ടെ. അങ്ങനെ നമ്മുടെ ദേശത്തും രാജ്യത്തും ലോകരാജ്യങ്ങളിലും ആ ഉണർവ്വിന്റെ അഗ്നി ആളിക്കത്തട്ടെ.

അദ്ധ്യായം 8
വിശ്വാസം

വിശ്വാസം കൂടാതെ ആർക്കും ദൈവത്തെ പ്രസാദിപ്പിപ്പാൻ കഴിയുകയില്ലായെന്നും, ദൈവത്തിന്റെ അടുക്കൽ വരുന്നവൻ ദൈവം ഉണ്ട് എന്നും തന്നെ അന്വേഷിക്കുന്നവർക്ക് പ്രതി ഫലം കൊടുക്കുന്നു എന്നും വിശ്വസിക്കണമെന്നു എബ്ര.11:6ൽ രേഖപ്പെടുത്തിയിരിക്കുന്നു. ദൈവ ത്തിനു സകലവും സാദ്ധ്യം എന്ന ആഗോള സത്യം സകല മതസ്ഥരും ഒരുപോലെ വിശ്വസിക്കു കയും അംഗീകരിക്കുകയും ചെയ്യുന്നു. സത്യവേദപുസ്തകവും അങ്ങനെ തന്നെ പഠിപ്പിക്കുന്നു.

- "ദൈവത്തിനു സകലവും സാദ്ധ്യം". മത്താ. 19:26

- "ദൈവത്തിനു ഒരു കാര്യവും അസാദ്ധ്യമല്ലല്ലോ." ലൂക്കൊ. 1:37

- "ദൈവത്തിനു സകലവും സാദ്ധ്യമല്ലോ എന്നു പറഞ്ഞു". മർ. 10:27.

    എന്നാൽ സർവ്വശക്തനായ ദൈവം മനുഷ്യരെ നോക്കി പറഞ്ഞ പ്രസ്താവ നകൾ എന്തെന്ന് നോക്കാം....................

- "വിശ്വസിക്കുന്നവനു സകലവും കഴിയും." മർ. 9:23

- "വിശ്വസിച്ചാൽ നീ ദൈവത്തിന്റെ മഹത്വം കാണും" യോഹ.11:40

- "നിങ്ങൾക്കു കടുകുമണിയോളം വിശ്വാസമുണ്ടെങ്കിൽ ഈ മലയോടു ഇവിടെ നിന്നു അങ്ങോട്ടു നീങ്ങുക എന്നു പറഞ്ഞാൽ അതു നീങ്ങും. നിങ്ങൾക്കു ഒന്നും അസാദ്ധ്യമാക യുമില്ല". മത്താ. 17:21

ഈ പ്രസ്താവനകൾ ദൈവം പറഞ്ഞതാണെങ്കിലും അത് വിശ്വസിക്കാൻ തയ്യാറുള്ളവർ തുലോം ചുരുക്കവുമാണ്.

വിശ്വാസം എന്നത് ആശിക്കുന്നതിന്റെ ഉറപ്പും കാണാത്ത കാര്യങ്ങളുടെ നിശ്ചയവും ആകുന്നു എന്ന് എബ്രാ. 11:1 ൽ രേഖപ്പെടുത്തിയിരിക്കുമ്പോൾ തന്നെ, ഒന്നുകൂടെ വ്യക്തമായി പറ ഞ്ഞാൽ **ദൈവത്തിലും, ദൈവ വചനത്തിലും, ദൈവീക വാഗ്ദത്തങ്ങളിലും ഉള്ള ആശ്രയമാണ് വിശ്വാസം** എന്നു പറഞ്ഞാൽ നിങ്ങൾ വിശ്വസിക്കാൻ തയ്യാറാണോ?

പഴയനിയമ ഭക്തരുടെ വിശ്വാസം അതായിരുന്നു. അല്ലാതെ **ജോലികിട്ടുന്നതോ വീടുകിട്ടു ന്നതോ രോഗം മാറുന്നതോ അല്ല യഥാർത്ഥ വിശ്വാസം.** അപ്രകാരമുള്ള വിശ്വാസം ഉള്ളവരെയല്ല ദൈവം അന്ത്യകാല ഉണർവ്വിന് പ്രയോജനപ്പെടുത്തുന്നത്. വിശ്വാസികളുടെ പിതാവായ ആബ്രഹാം വിശ്വസിച്ചതും ആശ്രയിച്ചതും ദൈവം കൊടുത്ത വാഗ്ദത്തത്തിലും വാഗ്ദത്തം കൊടുത്ത സർവ്വ ശക്തനാം ദൈവത്തിലുമാണ്.

- "ദൈവത്തിന്റെ വാഗ്ദത്തത്തിങ്കൽ അവിശ്വാസത്താൽ സംശയിക്കാതെ വിശ്വാസത്തിൽ ശക്തിപ്പെട്ടു ദൈവത്തിനു മഹത്വം കൊടുത്തു". റോമ. 4:20.

- **"അവൻ വാഗ്ദത്തം ചെയ്തത് പ്രവർത്തിപ്പാനും ശക്തൻ എന്നു പൂർണ്ണമായി ഉറച്ചു. അതുകൊണ്ട് അത് അവന് നീതിയായി കണക്കിട്ടു".** റോമ. 4:21, 22

നാമും നമ്മുടെ അനുകൂല പ്രതികൂല സാഹചര്യങ്ങളെ നോക്കാതെയും, മാനുഷിക ശബ്ദം കേൾക്കാതെയും, വിശ്വസിക്കാതെയും ദൈവത്തിലും ദൈവ വചനത്തിലും ദൈവീക വാഗ്ദത്തങ്ങ ളിലും പൂർണ്ണമായി വിശ്വസിച്ചും ആശ്രയിച്ചും കൊണ്ട് നമ്മുടെ നാവുകൊണ്ടു പറഞ്ഞാൽ, അത് സംഭവിക്കും.

"ഞങ്ങളുടെ നാവുകൊണ്ട് ഞങ്ങൾ ജയിക്കും". സങ്കീ. 12:4

ദേഹം, ദേഹി, ആത്മാവ് എന്നീ 3 മണ്ഡലങ്ങളിലുമുള്ള സകലത്തെയും വിശ്വാസത്താൽ ജയിക്കണം. അതാണ് വിശ്വാസത്തിന്റെ ആദ്യപടിയായ **"പരിച"**. **"എല്ലാറ്റിനും മീതെ ദുഷ്ടന്റെ തീയമ്പുകളെ ഒക്കെയും കെടുക്കുവാൻ തക്കതായ വിശ്വാസം എന്ന പരിച എടുത്തുകൊണ്ടും നിൽക്കുവിൻ"** എഫെ. 6:16.

എനിക്കു സാധിക്കും എനിക്കു കഴിയാത്തത് ഒന്നുമില്ല എന്നു പറയുന്ന 'ആത്മവിശ്വാസം' (will power) അല്ല സത്യവേദപുസ്തകത്തിൽ രേഖപ്പെടുത്തിയിരിക്കുന്ന വിശ്വാസം, .പിന്നെയോ,

30

എന്റെ ശക്തികൊണ്ടോ എന്റെ കഴിവുകൊണ്ടോ, എന്റെ ബുദ്ധികൊണ്ടോ, എന്റെ വിദ്യാഭ്യാസം കൊണ്ടോ കഴിയുകയില്ല, എന്നാൽ എന്നിലുള്ള കർത്താവായ യേശു ക്രിസ്തുവിലൂടെ എനിക്കത് ചെയ്യാൻ സാധിക്കും എന്നു ഹൃദയം കൊണ്ടു വിശ്വസിക്കുകയും വായ് കൊണ്ട് പറയുകയും അതനുസരിച്ച് പ്രവർത്തിക്കുകയും ചെയ്യുന്നതാണ് ക്രിസ്തീയ വിശ്വാസം. (റോമ. 10:10)

യുദ്ധം ചെയ്യുമ്പോൾ ശത്രുവിന്റെ ആയുധംകൊണ്ട് മുറിവേൽക്കാതെ സ്വയം സംരക്ഷണയ്ക്ക് ഉപയോഗിക്കുന്ന ആയുധമാണ് 'പരിച'. അത് എല്ലാവർക്കും ആവശ്യമില്ല. യുദ്ധത്തിൽ ഏർപ്പെട്ടിരിക്കുന്നവർക്കു മാത്രം മതി. നമുക്കൊരു യുദ്ധം ചെയ്യാനുള്ളതുകൊണ്ടാണ് സർവ്വശക്തനാം ദൈവം ആ പരിച നമുക്ക് നൽകിയത്. നമ്മോടു യുദ്ധം ചെയ്യുന്ന അദൃശ്യശക്തി സാത്താൻ (പിശാച്) ആണ്. നമ്മുടെ യുദ്ധം കാണുന്ന മണ്ഡലത്തിലല്ല, കാണാത്ത മണ്ഡലമായ മനസ്സിലും ആത്മാവിലുമാണ്. അഥവാ അകത്തെ മനുഷ്യനിലാണ് ആകയാൽ ജഡീക ആയുധങ്ങൾ ഉപയോഗിച്ച് ഈ യുദ്ധം ജയിക്കാൻ സാദ്ധ്യമല്ല. ആത്മീയ ആയുധങ്ങൾ ഉപയോഗിക്കണം.

"ഞങ്ങളുടെ പോരിന്റെ ആയുധങ്ങളോ ജഡീകങ്ങൾ അല്ല, കോട്ടകളെ ഇടിക്കുവാൻ ദൈവസന്നിധിയിൽ ശക്തിയുള്ളവ തന്നേ". 2 കൊരി. 10:4

അതുകൊണ്ടാണ് സാത്താനോട് എതിർത്തു നിൽക്കാൻ ദൈവ വചനം പറയുന്നത്. വെറുതെ എതിർത്താൽ പോരാ, ദൈവത്തിനും, ദൈവ വചനത്തിനും, ആത്മീയ അധികാരങ്ങൾക്കും കീഴടങ്ങിയിട്ട് സാത്താനോടെതിർത്തു നിൽക്കണം..

"ആകയാൽ നിങ്ങൾ ദൈവത്തിനു കീഴടങ്ങുവിൻ, പിശാചിനോട് എതിർത്തു നിൽക്കുവിൻ, എന്നാൽ അവൻ നിങ്ങളെ വിട്ട് ഓടിപ്പോകും". യാക്കോ. 4:7.

എതിർക്കേക്കണ്ടത് കൈകാലുകൾ കൊണ്ടല്ല, തീപോലെയും പാറയെ തകർക്കുന്ന ചുറ്റികപോലെയുമുള്ള ദൈവ വചനം പറഞ്ഞാണ്. (യിര. 23:29)

സാത്താൻ ഒരിക്കലും നേരിട്ട് വന്നു യുദ്ധം ചെയ്യുകയില്ല. അവൻ മാറി നിന്നും മറഞ്ഞിരുന്നും ഒളിഞ്ഞിരുന്നും തന്റെ മൂർച്ചയുള്ള അമ്പുകൾ എയ്യും. അത് നമ്മുടെ അകത്തെ മനുഷ്യനെ (ഹൃദയത്തെയും മനസ്സിനെയും) മുറിപ്പെടുത്തും. സാത്താന്റെ അമ്പുകൾ സാധാരണ അമ്പുകൾ അല്ല. പിന്നിൽ തീയുള്ള അമ്പുകൾ (തീയമ്പുകൾ) ആണ്. ആകയാൽ അത് മുറിപ്പെടുത്തുക മാത്രമല്ല. ഉള്ളത്തെ കത്തിക്കുകയും ചെയ്യും. കടന്നുപോകുന്ന ഇടങ്ങളെയെല്ലാം മുറിപ്പെടുത്തുകയും എരിക്കുകയും ചെയ്യും. തിരുവചനത്തിൽ സാത്താന്റെ അനേകം തീയമ്പുകളെ കാണാൻ സാധിക്കും. അത് ഏതൊക്കെയാണെന്നു ദൈവമക്കളായ നാം ഓരോരുത്തരും അറിഞ്ഞിരിക്കണം. എന്നാൽ മാത്രമേ അവ വരുമ്പോൾ വിശ്വാസം എന്ന പരിച ഉപയോഗിച്ച് അതിനെ കെടുത്തി നമ്മുടെ അകത്തെ മനുഷ്യനെ സംരക്ഷിക്കാൻ കഴിയുകയുള്ളൂ.

സാത്താന് അനേകം തീയമ്പുകളുള്ളതായി സത്യവേദപുസ്തകത്തിൽ രേഖപ്പെടുത്തിയിരിക്കുന്നു. അതിൽ ഏറ്റവും പ്രധാനപ്പെട്ടവ നിരാശ, സംശയം (ആശയക്കുഴപ്പം), ഭയം, അവിശ്വാസം, കോപം, കുറ്റം പറച്ചിൽ, കയ്പ്, ദുരുപദേശം, ഭോഷ്ക്, ചതി, ഭിന്നത, കുറ്റബോധം, കെണി, വിരുത് തെറ്റിക്കുക, അസൂയ, പക പിണക്കം, നിഗളം, കപടം, ദുശ്ശീലം, അനുസരണക്കേട് തുടങ്ങിയവയാണ്. ദുഷ്ടന്റെ ഈ വക എല്ലാ തീയമ്പുകളെയും കെടുക്കാൻ ശക്തിയുള്ളതാണ് വിശ്വാസമെന്ന പരിച. ഏത് തീയമ്പാണോ സാത്താൻ കൊണ്ടു വരുന്നതെന്നു മനസ്സിലാക്കി അത് നമ്മുടെ അകത്തെ മനുഷ്യനിലേക്ക് (ഹൃദയത്തിലേക്ക്) പ്രവേശിക്കാതെ സാത്താൻ കൊണ്ടു വരുന്ന തീയമ്പിനെതിരായിട്ടുള്ള ദൈവ വചനങ്ങൾ വിശ്വാസത്തോടെ നാവിലൂടെ പറഞ്ഞ് അതിനെ തടയണം. അതിന് ദൈവ വചനങ്ങൾ നമ്മുടെ ഹൃദയത്തിൽ സംഗ്രഹിച്ചിരിക്കണം. (സങ്കീ. 119:11)

പരിച നമ്മുടെ ഹൃദയത്തിലും നാവിലുമാണ് ഇരിക്കേണ്ടത്.

അഭിഷേകത്തോടും വിശ്വാസത്തോടും വചനങ്ങൾ പറയുമ്പോൾ, ദാവീദ് എറിഞ്ഞ കല്ല് ഗോല്യാത്തിന്റെ നെറ്റിക്ക് തറച്ചുപോലെ സാത്താന്റെ നെഞ്ചത്ത് തറക്കും. അവനു നിൽക്കാൻ കഴിയുകയില്ല. അവൻ ഓടും. ഉദാഹരണമായി ഭയം നിരാശ എന്നിവ വരുമ്പോൾ, സാത്താനെ ഞാൻ ഭയപ്പെടുകയില്ല. കാരണം, സർവ്വശക്തനായ എന്റെ ദൈവം എന്നെ ഒരു നാളും കൈവിടുകയില്ല, ഉപേക്ഷിക്കയില്ല എന്നു പറഞ്ഞിട്ടുണ്ട് (എബ്രാ. 13:5) മാത്രമല്ല, ഭയപ്പെടേണ്ട, ഞാൻ നിന്നോടു കൂടെയുണ്ട് എന്നു ദൈവം പറഞ്ഞിട്ടുണ്ട്. തുടങ്ങിയ വചനങ്ങൾ ഉറക്കെ പറയണം.

- അതിനേക്കാളുപരി മനസ്സിലാക്കുക. കർത്താവായ യേശുക്രിസ്തുവിൽ വിശ്വസിക്കുകയും അവനിൽ ആശ്രയിക്കുകയും ചെയ്യുന്നവർക്ക് യേശുപരിചയാണ്. **"തന്നിൽ ആശ്രയിക്കുന്നവർക്കു അവൻ പരിച തന്നേ" സദൃ. 30:5**

- "നീയോ യഹോവേ എനിക്കു ചുറ്റും പരിചയും" സങ്കീ. 3:3

- കൊലൊ. 3:3 ൽ നാം ക്രിസ്തുവിൽ മറഞ്ഞിരിക്കുന്നുവെന്നും ഗലാ. 3:27ൽ നാം വിശ്വാസ സ്നാനം സ്വീകരിക്കുമ്പോൾ ക്രിസ്തുവിനെ ധരിക്കുന്നുവെന്നും രേഖപ്പെടുത്തിയിരിക്കുന്നു.

ഇപ്രകാരമുള്ള ക്രിസ്തീയ ജീവിതം നയിക്കുന്നവർക്കു ഒന്നുകൊണ്ടും പേടിക്കേണ്ട കാര്യ മേയില്ല. കാരണം, **യേശുക്രിസ്തു എന്ന പരിചയെ തുളച്ച് നമ്മെ മുറിവേൽപ്പിക്കാൻ ശക്തിയും മൂർച്ചയുമുള്ള ഒരു അമ്പും സാത്താന്റെ കയ്യിലില്ല.**

എന്നാൽ അന്ത്യകാല സഭയിൽ ആയിരിക്കുന്ന **പോരാളികളിൽ അധികം പേരും മുറിവേറ്റ വരാണ് അഥവാ പരിക്കേറ്റവരാണ്.** അവരുടെ ആത്മീയബലം അവരറിയാതെ ചോർന്നു കൊണ്ടിരി ക്കുന്നു. അവർക്കു യുദ്ധം ചെയ്യാൻ സാദ്ധ്യമല്ല. യുദ്ധം ചെയ്താലും അവർ പരാജിതരാകും. സാത്താൻ അവരെ തോൽപ്പിക്കും. അങ്ങനെ അവർ സാത്താന് അടിമകളായി തീരുകയും വിശ്വാ സത്യാഗികളായി തീരുകയും ചെയ്യുന്നു. (2 തെസ്സ. 2:3).

അതായത് സാത്താനോടു യുദ്ധം ചെയ്ത് തന്റെ അടിമത്തത്തിലുള്ളവരെ സ്വതന്ത്രരാക്കി സകലരെയും യേശുവിന്റെ ശിഷ്യരാക്കാൻ (മത്തായി 28:18-20) ദൈവത്താൽ വിളിക്കപ്പെട്ടവരും തെരഞ്ഞെടുക്കപ്പെട്ടവരും (യോഹ. 15:16) നിയോഗിക്കപ്പെട്ടവരുമായ പോരാളികൾ ഇന്നു മുറിവേറ്റ് സാത്താന്റെ അടിമത്തത്തിലായിരിക്കുന്നു. മറ്റു ചിലർ ദൈവത്തിനും ദൈവമക്കൾക്കും എതി രായി പ്രസംഗിക്കുന്നു, എഴുതുന്നു, സംസാരിക്കുന്നു, പ്രവർത്തിക്കുന്നു. മറ്റൊരു കൂട്ടർ പാപത്തി നടിമകളായി കുറ്റബോധത്താൽ കഴിയുന്നു. ആകയാൽ അവർക്കു യുദ്ധം ചെയ്യാൻ കഴിയുന്നില്ല. മറ്റൊരു കൂട്ടർ ദേമാസ് ഈ ലോകത്തെ സ്നേഹിച്ച് പൗലൊസിനെ വിട്ടുപോയതുപോലെ (2 തിമ. 4:10) ഈ ലോക സുഖസൗകര്യങ്ങളിൽ മുഴുകി കംഫർട്ട് സോണിൽ കഴിയുന്നു. ദൈവീക ഉത്തര വാദിത്തങ്ങൾ ഏറ്റെടുക്കാതെ സ്വന്തം കാര്യങ്ങൾക്കും ഭൗതീക നന്മകൾക്കും അനുഗ്രഹങ്ങൾക്കു വേണ്ടിയും സഭയിൽ പോകുന്ന മറ്റൊരു കൂട്ടർ. അവർ പള്ളിയുടെ അംഗങ്ങളാണ്. ക്രിസ്തു വിന്റെ മണവാട്ടി സഭയുടെ അംഗങ്ങളല്ല. അവർ പള്ളിയിലെ എല്ലാ കാര്യങ്ങളിലും സജ്ജീവമാ ണ്. അവരെ നോക്കി പരിശുദ്ധാത്മാവ് പറയുന്നത് ......

- ❖ "അവർ യേശുക്രിസ്തുവിന്റെ കാര്യമല്ല, സ്വന്തകാര്യമത്രേ നോക്കുന്നു" ഫിലി 2:21. എന്നാണ്. ഇവരെല്ലാവരും സ്വന്തം ലാഭം നോക്കുന്ന കച്ചവടക്കാരാണ്.

- ❖ *"ഈ ഇടയന്മാരോ സൂക്ഷിക്കുവാൻ അറിയാത്തവർ, അവരെല്ലാവരും ഒട്ടൊഴി യാതെ താന്താന്റെ വഴിക്കും ഓരോരുത്തൻ താന്താന്റെ ലാഭത്തിനും തിരിഞ്ഞിരി ക്കുന്നു". യെശ. 56:11*

- ❖ *"അതിലെ തലവന്മാർ സമ്മാനം വാങ്ങി ന്യായം വിധിക്കുന്നു. അതിലെ പുരോഹി തന്മാർ കൂലി വാങ്ങി ഉപദേശിക്കുന്നു. അതിലെ പ്രവാചകന്മാർ പണം വാങ്ങി ലക്ഷണം പറയുന്നു. എന്നിട്ടും അവർ യഹോവയെ ചാരി, യഹോവ നമ്മുടെ ഇട യിൽ ഇല്ലയോ അനർത്ഥം നമുക്കു വരികയില്ല എന്നു പറയുന്നു" മീഖ. 3:11*

- ❖ *"വിശപ്പടക്കുവാൻ ആഹാരത്തിനുവേണ്ടി അവർ തങ്ങളുടെ മനോഹര വസ്തുക്കളെ കൊടുത്തുകളയുന്നു." വിലാ. 1:11*

- ❖ *"ഞാൻ സകല ജാതികളെയും ഇളക്കും സകല ജാതികളുടെയും മനോഹരവസ്തു വരുകയും ചെയ്യും". ഹഗ്ഗാ. 2:7*

ഇന്നു സമൂഹത്തിലെ കമ്പോളങ്ങളിൽ ഏറ്റവും അധികം വിറ്റഴിയുന്ന ചരക്കാണ് യേശു.

ഇപ്രകാരമുള്ളവരെ അന്ത്യകാല ഉണർവ്വിന് ദൈവത്തിനാവശ്യമില്ല. യേശു ദൈവപുത്രൻ എന്നു വിശ്വസിക്കുന്നവരെയും (1 യോഹ. 5:5) ദൈവത്തിൽ നിന്നു ജനിച്ചു ലോകത്തെ ജയിച്ചവ രെയും (1യോഹ. 5:4) സകലത്തെയും ജയിച്ച ജയാളിയായ കർത്താവായ യേശുക്രിസ്തു മുഖാ ന്തരം പൂർണ്ണജയം പ്രാപിച്ചിരിക്കുന്നുവെന്ന വ്യക്തമായ വെളിപ്പാടും വിശ്വാസവും (1 കൊരി. 15:57, റോമ. 8:37) ഉള്ളവരെയും വിശ്വാസത്തിൽ സ്ഥിരമുള്ളവരായി (1 പത്രൊ. 5:9) വിശ്വാസത്തിൽ നില നിൽക്കുന്നവരെയുമാണ് (1 കൊരി. 16:13) ദൈവത്തിനാവശ്യം.

വിശ്വാസത്തിൽ നിലനിൽക്കണമെങ്കിൽ നാം വിശ്വാസം കാക്കണം (2തിമ.4:7). നമ്മുടെ വിശ്വാസത്തെ ചോർത്തിക്കളയാൻ സാത്താൻ നേരിട്ടും സാഹചര്യങ്ങളിലൂടെയും ലോക മനുഷ്യരിലൂടെയും പോരാടിയെന്നു വരാം. ചിലപ്പോൾ വിശ്വാസത്തിന്റെ പരിശോധനകളിലൂടെയും

കടന്നുപോകേണ്ടി വരും.   (1 പത്രൊ. 1:7) അവിടെയെല്ലാം നാം നല്ല യുദ്ധസേവ ചെയ്ത് (1തിമ1:8) പിടിച്ച് നിൽക്കണം.

വിശ്വാസം ഒരു യാഗമാണ്. (ഫിലി. 2:17) ജീവനുള്ളതിനെ യാഗമാക്കാൻ സാദ്ധ്യമല്ല. ആകയാൽ അവിടെ ഒരു മരണം നടക്കണം. നാം മരിക്കുമ്പോൾ നമ്മിൽ ജീവിക്കുന്ന ക്രിസ്തുവിന്റെ (ഗലാ. 2:20) വിശ്വാസം നമ്മിലൂടെ വെളിപ്പെടും. മാത്രമല്ല, വിശ്വാസത്തിന്റെ പിന്നിൽ ഒരു വേദനയുണ്ട്. വിലയുണ്ട്. നാം ഏതെല്ലാം വേദനകളിലൂടെയും പ്രതിസന്ധികളിലൂടെയും കടന്നു പോകേണ്ടി വന്നാലും ജീവിതത്തിൽ ഗത്ശെമന വന്നപ്പോഴും ക്രൂശ് വന്നപ്പോഴും പിന്മാറാതെ മുന്നോട്ടു തന്നെ പോയി പിതാവാം ദൈവം ഏൽപിച്ച ദൗത്യം പൂർത്തീകരിച്ച വിശ്വാസത്തിന്റെ നായകനും പൂർത്തിവരുത്തുന്നവനുമായ കർത്താവായ യേശുക്രിസ്തുവിനെ ശ്രദ്ധിച്ചു നോക്കി (എബ്രാ. 3:1, 12:2) നമുക്കു മുമ്പിൽ ദൈവം വച്ചിരിക്കുന്ന ഓട്ടം സ്ഥിരതയോടെ ഓടാം. (എബ്രാ. 12:1)

പ്രിയ സഹോദരങ്ങളെ, ജീവൻ പോകേണ്ടിവന്നാലും നമ്മുടെ വിശ്വാസം വിട്ടുകളയാതെ സീയോൻ പർവ്വതം പോലെ(സങ്കീ. 125:1) ഉറച്ച് നിന്ന് വീര്യം പ്രവർത്തിക്കണം. അതിന് നാം ദൈവത്തെ വ്യക്തമായി അറിഞ്ഞിരിക്കണം (ദാനി. 11:32). അതിനായി മറ്റേതു കാലഘട്ടത്തേക്കാളും ബൈബിൾ വായിക്കാം. ധ്യാനിക്കാം, മനഃപാഠമാക്കാം. അവസരം ലഭിക്കുമ്പോഴൊക്കെയും അഭിഷേകത്തോടെ വിളിച്ചു പറയാം. അപ്പോൾ ആത്മാക്കൾ വിടുവിക്കപ്പെടും. ഇന്ത്യയിലും ലോകരാജ്യങ്ങളിലും ഉണർവ്വ് നടക്കും. അതിനായി പൗലോസ് അപ്പൊസ്തലൻ തീരുമാനിച്ചതുപോലെ നമുക്കും തീരുമാനിക്കാം. ആ തീരുമാനം ദൈവത്തോട് അറിയിക്കാം. "കഷ്ടതയ്ക്കോ, സങ്കടത്തിനോ, ഉപദ്രവങ്ങൾക്കോ, പട്ടിണിക്കോ, നഗ്നതയ്ക്കോ, ആപത്തിനോ, വാളിനോ (റോമ. 8:35) മരണത്തിനോ, ജീവനോ, ദൂതന്മാർക്കോ വാഴ്ചകൾക്കോ, അധികാരങ്ങൾക്കോ, ഇപ്പോഴുള്ളതിന്നോ, വരുവാനുള്ളതിന്നോ, ഉയരത്തിന്നോ, ആഴത്തിന്നോ മറ്റു യാതൊരു സൃഷ്ടിക്കോ നമ്മുടെ കർത്താവായ യേശുക്രിസ്തുവിലുള്ള ദൈവ സ്നേഹത്തിൽ നിന്നും വിശ്വാസത്തിൽ നിന്നും എന്നെ വേർപിരിപ്പാൻ കഴിയുകയില്ല എന്നു ഞാൻ ഉറച്ചിരിക്കുന്നു (റോമ. 8:38, 39).

നിങ്ങൾ ഇപ്രകാരം പ്രാർത്ഥിച്ച് ദൈവകരങ്ങളിൽ ഏൽപിച്ചുവെങ്കിൽ നിങ്ങളെയാണ് അന്ത്യകാല ഉണർവ്വിന് ദൈവത്തിനാവശ്യം. കർത്താവായ യേശുക്രിസ്തു ചെയ്തതും അതിലധികവും ചെയ്യാൻ (യോഹ. 14:12) ദൈവം നിങ്ങളെക്കുറിച്ച് ആഗ്രഹിക്കുന്നു. ആ താക്കോലുകൾ ഇപ്പോൾ തന്നെ ദൈവം നിങ്ങൾക്കു കൈമാറുകയാണ്. അതിനുള്ള കഴിവും ശക്തിയും അഭിഷേകവും കൃപയും നിയോഗങ്ങളുമാണ് ആ താക്കോലുകളോടൊപ്പം ദൈവം കൈമാറുന്നത്.

ഒരു താലന്ത് ലഭിച്ച ദാസനെപ്പോലെ കുഴിച്ചിടാതെ നമ്മുടെ ജീവനെപ്പോലും വിലയേറിയതായി കാണാതെ (അപ്പൊ. 20:24) ദൈവം നൽകിയ അധികാരത്തിന്റെയും ഉത്തരവാദി ത്തത്തിന്റെയും താക്കോലുകളുമായി നമുക്കു പുറപ്പെടാം. ഞാനോ ലോകാവസാനത്തോളം എല്ലാനാളും നിങ്ങളോടു കൂടെയുണ്ടെന്നരുളിച്ചെയ്ത സേനാനായകൻ നമ്മോടുകൂടെയുണ്ട്. പടചേർത്തവനെ പ്രസാദിപ്പിക്കാനായി ജീവനകാര്യങ്ങൾ മാറ്റിവയ്ക്കാം (2 കൊരി. 10:25) നരകത്തെ കൊള്ളയടിച്ച് സ്വർഗ്ഗത്തെ നിറയ്ക്കാം. അതിന് പരിച മാത്രം പോരാ, എഫെസ്യർ 6-ാം അദ്ധ്യായത്തിൽ രേഖപ്പെടുത്തിയിരിക്കുന്ന ദൈവത്തിന്റെ സർവ്വായുധവർഗ്ഗം ഒന്നുപോലും കുറയാതെ എല്ലാം എപ്പോഴും ധരിച്ചിരിക്കണം. കാരണം, നാം എപ്പോഴും യുദ്ധക്കളത്തിലാണ്. മുറിവേൽക്കാതെ സ്വയം സംരക്ഷിച്ചാൽ മാത്രമേ യുദ്ധം ചെയ്യാൻ സാധിക്കുകയുള്ളൂ.

"കലപ്പയ്ക്ക് കൈവച്ചശേഷം പുറകോട്ടു നോക്കുന്നവൻ ആരും ദൈവരാജ്യത്തിനു കൊള്ളാവുന്നവനല്ല" ലൂക്കോ. 9:62

വിശ്വാസത്തോടെ പുറപ്പെടാം. ദൈവത്തിന്റെ മഹത്വം കാണാം. യോഹ. 11:30.

അദ്ധ്യായം 9
വിശുദ്ധി

വിശുദ്ധിയിൽ ദൈവം പ്രസാദിക്കുന്നു. ദൈവത്തിന്റെ ഇഷ്ടം നമ്മുടെ ശുദ്ധീകരണമാണ് .(1 തെസ്സ. 4:3.) ദൈവീക ശുശ്രൂഷയ്ക്ക് അത്യാവശ്യമായ ഘടകമാണ് വിശുദ്ധി. നമ്മുടെ ആരാധനയെക്കാളും ശുശ്രൂഷയെക്കാളും ദൈവം നമ്മിൽ നിന്നും ആഗ്രഹിക്കുന്നതും പ്രതീക്ഷിക്കുന്നതും വിശുദ്ധിയാണ്. അത് ദൈവകല്പനയുമാണ്.

- "ഞാൻ വിശുദ്ധൻ ആകയാൽ നിങ്ങളും വിശുദ്ധരായിരിപ്പിൻ." 1 പത്രൊ 1:16,

- "ഞാൻ വിശുദ്ധൻ ആകയാൽ നിങ്ങൾ നിങ്ങളെ തന്നേ വിശുദ്ധീകരിച്ച് വിശുദ്ധന്മാരായിരിക്കേണം." ലേവ്യ 11: 44,

- "ആകയാൽ നിങ്ങൾ നിങ്ങളെത്തന്നേ ശുദ്ധീകരിച്ച് വിശുദ്ധന്മാരായിരിപ്പിൻ".ലേവ്യ20:7

വിശുദ്ധി എന്നാൽ ഒരുവനെ മറ്റുള്ളവരിൽ നിന്നും മാറ്റി, വേർപെടുത്തി, തിരഞ്ഞെടുത്ത് സാധാരണ ഉപയോഗിക്കുന്നതിൽ നിന്നും തികച്ചും വ്യത്യസ്തമായി ദൈവത്തിനു വേണ്ടിയും ദൈവീക കാര്യങ്ങൾക്കു വേണ്ടിയും മാത്രം ഉപയോഗിക്കുന്നതാൻ. പഴയ നിയമത്തിൽ മോശെയുടെ കാലത്ത് ദൈവം തെരഞ്ഞെടുത്ത ലേവീഗോത്രത്തെ വിശുദ്ധീകരിച്ച് തനിക്കുവേണ്ടി വേർതിരിച്ചു.

- "ലേവ്യരെ യിസ്രായേൽ മക്കളുടെ ഇടയിൽ നിന്ന് എടുത്ത് ശുചീകരിക്ക" സംഖ്യ.8:6.

- "അക്കാലത്തു യഹോവ, ലേവീഗോത്രത്തെ യഹോവയുടെ സന്നിധിയിൽ നിന്നു ശുശ്രൂഷ ചെയ്യാനും അവന്റെ നാമത്തിൽ അനുഗ്രഹിപ്പാനും വേർതിരിച്ചു". ആവ.10:8

- "യഹോവയുടെ നാമത്തിൽ ശുശ്രൂഷിപ്പാൻ എപ്പോഴും നിൽക്കേണ്ടതിന്നു നിന്റെ ദൈവമായ യഹോവ നിന്റെ സകല ഗോത്രങ്ങളിൽ നിന്നു അവനെയും പുത്രന്മാരെയും അല്ലോ തിരഞ്ഞെടുത്തത്" ആവർ. 18:5

ദൈവം തന്റെ വിശുദ്ധമായ ശുശ്രൂഷ എല്ലാവരെയും ഏൽപിക്കുകയില്ല. അതിന് ഏറ്റവും ഉത്തമ ഉദാഹരണമാണ് ദൈവത്തിന്റെ ഹൃദയപ്രകാരമുള്ള മനുഷ്യനെന്ന് ദൈവം തന്നെ സാക്ഷ്യം പറഞ്ഞ ദാവീദ്. വളരെ യുദ്ധങ്ങൾ ചെയ്ത് രക്തം ചിന്തിയ അശുദ്ധമായ കൈകൾ കൊണ്ട് യഹോവയുടെ നാമത്തിന് ഒരു ആലയം പണിയുവാൻ ദൈവം അവനെ അനുവദിച്ചില്ല.

- "എന്നാൽ ദൈവം എന്നോടു, നീ എന്റെ നാമത്തിനു ഒരു ആലയം പണിയരുത്. നീ ഒരു യോദ്ധാവാകുന്നു. രക്തവും ചൊരിയിച്ചിരിക്കുന്നു എന്നു കൽപിച്ചു" 1ദിന.28:3.

- "എങ്കിലും എനിക്കു യഹോവയുടെ അരുളപ്പാട് ഉണ്ടായതെന്തെന്നാൽ, നീ വളരെ രക്തം ചിന്തി വളരെ യുദ്ധങ്ങളും ചെയ്തിട്ടുണ്ട്. നീ എന്റെ നാമത്തിനു ഒരു ആലയം പണിയരുത്. നീ എന്റെ മുമ്പാകെ ഭൂമിയിൽ ബഹുരക്തം ചിന്തിയിരിക്കുന്നു 1 ദിന. 22:8.

- "യഹോവ ഇപ്രകാരം അരുളിചെയ്യുന്നു; എനിക്കു വസിപ്പാനുള്ള ആലയം പണിയേണ്ടതു നീയല്ല" 1 ദിന. 17:4.

കർത്താവിൽ പ്രിയരെ, അന്ത്യകാല സഭയിൽ ആയിരിക്കുന്ന നമ്മെയും ദൈവം വിളിച്ചിരിക്കുന്നത് ദൈവരാജ്യത്തിന്റെ പണിയ്ക്കും ദൈവരാജ്യ വിശാലതയ്ക്കും വേണ്ടിയാണ്. സാത്താന്റെ അടിമത്തത്തിലുള്ള സകല ജാതികളെയും ദൈവരാജ്യത്തിൽ കൊണ്ടുവന്ന്,

സകലരെയും യേശുവിന്റെ ശിഷ്യരാക്കുക എന്ന വലിയ ദൗത്യമാണ് (great commission) ദൈവം നമ്മെ ഏൽപ്പിച്ചിരിക്കുന്നത്. (മത്താ. 28:18-20.) **പരിശുദ്ധനായ ദൈവത്തിന്റെ (സങ്കീ. 99:3) ശുശ്രൂഷ ചെയ്യാൻ വിശുദ്ധരെയാണ് ദൈവത്തിനാവശ്യം.**

വിശുദ്ധർക്കു മാത്രമേ അന്ത്യകാല ഉണർവ്വിനടിസ്ഥാനമായ ദൈവമഹത്വം ചുമക്കാൻ കഴിയുകയുള്ളൂ. അതിന് തെളിവാണ് സമാഗമന കൂടാരത്തിലെ അതി വിശുദ്ധസ്ഥലത്ത് ശുശ്രൂഷിച്ചിരുന്ന മഹാപുരോഹിതനായ അഹരോന്റെ വിശുദ്ധി. ദൈവമഹത്വത്തോടടുക്കുന്തോറും വിശുദ്ധിയും കർക്കശത്വവും (strictness) കൂടും. സമാഗമനകൂടാരത്തിലെ പ്രാകാരത്തിൽ എല്ലാവർക്കും കടന്നുചെല്ലാം. എന്നാൽ ശുശ്രൂഷ ചെയ്യുന്ന പുരോഹിതന്മാർക്കു മാത്രമേ വിശുദ്ധസ്ഥലത്ത് പ്രവേശനം ഉള്ളൂ (എബ്രാ. 9:6). അവർക്കു പ്രാകാരത്തിലുള്ളവരുടെ വിശുദ്ധി പോരാ. ദൈവമഹത്വം (ദൈവസാന്നിദ്ധ്യം) നിറഞ്ഞിരിക്കുന്ന **അതിവിശുദ്ധ സ്ഥലത്ത് പ്രവേശിക്കണമെങ്കിൽ വിശുദ്ധസ്ഥലത്ത് ശുശ്രൂഷിക്കുന്ന പുരോഹിതന്റെ വിശുദ്ധി പോരാ.** അവിടെ മഹാപുരോഹിതൻ മാത്രം വർഷത്തിലൊരിക്കൽ വളരെ വിശുദ്ധിയോടും വിറയലോടും കൂടെ ശുശ്രൂഷിച്ചിരുന്നുവെന്നു തിരുവെഴുത്ത് വ്യക്തമാക്കുന്നു.

"രണ്ടാമത്തേതിലോ (അതിവിശുദ്ധസ്ഥലത്ത്) ആണ്ടിൽ ഒരിക്കൽ മഹാപുരോഹിതൻ മാത്രം ചെല്ലും. രക്തം കൂടാതെയല്ല, അതു അവൻ തന്റെയും ജനത്തിന്റെയും അബദ്ധങ്ങൾക്കു വേണ്ടി അർപ്പിക്കും" എബ്രാ. 9:7. **ദൈവമഹത്വമിറങ്ങുന്ന അതിവിശുദ്ധ സ്ഥലത്ത് ശുശ്രൂഷിച്ച അഹരോന് വിശുദ്ധസ്ഥലത്ത് ശുശ്രൂഷിക്കുന്ന പുരോഹിതന്മാരുടെ വിശുദ്ധിയ്ക്കപ്പുറമായൊരു വിശുദ്ധി ആവശ്യമായിരുന്നു.** അവന്റെ വസ്ത്രം വ്യത്യസ്തമായിരുന്നു. പൗരോഹിത്യ വസ്ത്രത്തെക്കുറിച്ച് പുറപ്പാട് പുസ്തകം 28-ാം അദ്ധ്യായത്തിൽ വളരെ വ്യക്തമായി രേഖപ്പെടുത്തിയിരിക്കുന്നു. അത് **വിശേഷ വസ്ത്രം (വിശുദ്ധവസ്ത്രം)** ആയിരുന്നു (പുറ.35:19, പുറ 39:1, പുറ 28:4, പുറ.31:10, ലേവ്യ. 16:4). **ആഹാരം വ്യത്യസ്തമായിരുന്നു.** അവ വിശുദ്ധമായിരുന്നു (പുറ. 29:32,33). സ്വയ ഇച്ഛകൾക്കു അവിടെ സ്ഥാനമില്ല. പകരം **ദൈവയിഷ്ടത്തെ സ്വയ ഇഷ്ടമായി ഏറ്റെടുക്കണം.** അർത്ഥം, മറ്റുള്ളവർക്ക് അനുഭവിക്കാൻ സാധിക്കാത്ത ദൈവമഹത്വം അനുഭവിക്കാൻ അഹരോൻ ഒരു വിലകൊടുക്കേണ്ടി വന്നു. പഴയനിയമത്തിലും പുതിയ നിയമത്തിലും ദൈവം തന്റെ അസാധാരണ ശുശ്രൂഷയ്ക്കായി തിരഞ്ഞെടുത്തവരുടെ ജീവിതവും ആഹാരവും വസ്ത്രധാരണയുമെല്ലാം വ്യത്യസ്തമായിരുന്നുവെന്നു നമുക്കു മനസ്സിലാക്കാൻ സാധിക്കും. ചില ഉദാഹരണങ്ങൾ നോക്കാം.

1.   **ശിംശോന്റെ** ജനനത്തിനു മുമ്പ് ദൈവദൂതൻ അമ്മയോടു സംസാരിച്ചപ്പോൾ അമ്മ ഗർഭിണിയായിരിക്കുമ്പോൾ വീഞ്ഞും മദ്യവും കുടിക്കരുതെന്നും അശുദ്ധമായതൊന്നും തൊടരുതെന്നും ദൈവദൂതൻ നിർദ്ദേശിച്ചിരുന്നു. മാത്രമല്ല, ബാലൻ ഗർഭം മുതൽ ദൈവത്തിനു നാസീർ ആയിരിക്കണമെന്നും പറഞ്ഞു. (ന്യായാ. 13:4,5,7,) **നാസീർ വ്രതസ്ഥന്റെ ആഹാരം എപ്രകാരം ആയിരിക്കണമെന്ന് സംഖ്യാപുസ്തകം 6-ാം അദ്ധ്യായത്തിൽ വളരെ വ്യക്തമായി ആലേഖനം ചെയ്തിരിക്കുന്നു.**

2.   **ഏലിയാവിന്റെ** വസ്ത്രം രോമം കൊണ്ടുള്ളതും അരയിൽ തോൽവാറും ആയിരുന്നു. (2രാജ.1:8)

3.   **സ്നാപകയോഹന്നാൻ** ഒട്ടകരോമം കൊണ്ടുള്ള ഉടുപ്പും അരയിൽ തോൽവാറും ധരിച്ചിരുന്നു. അവന്റെ ആഹാരം വെട്ടുക്കിളിയും കാട്ടുതേനും ആയിരുന്നു (മർ. 1:6, മത്താ. 3:4)

4.   **യേശുക്രിസ്തു ; നമ്മുടെ മാതൃകയായ കർത്താവായ യേശുക്രിസ്തു ജനനത്തിലും ജീവിതത്തിലും ആഹാരത്തിലും മരണത്തിലും മാത്രമല്ല. ഉയിർത്തെഴുന്നേൽപിലും വ്യത്യസ്തനായിരുന്നു. യേശു ചെയ്തത് തന്റെ ഇഷ്ടമല്ല, പിതാവിന്റെ ഇഷ്ടമാണ്.**

യേശുവിന്റെ ആഹാരവും പിതാവിന്റെ ഇഷ്ടം ആയിരുന്നു. തിന്മതള്ളി നന്മ തിരഞ്ഞെടുക്കുവാൻ പ്രായമാകുന്നതുവരെ യേശു തൈരും തേനും കൊണ്ടു ഉപജീവിക്കും എന്ന് യെശ. 7:15 ൽ രേഖപ്പെടുത്തിയിരിക്കുന്നു. നാമും പിതാവിന്റെ ഇഷ്ടത്തിനു ജീവിക്കണം. **പിതാവിന്റെ ഇഷ്ടം ചെയ്യണം.അവരാണ് വിശുദ്ധർ. അവരെയാണ് അന്ത്യകാല ഉണർവ്വിന് ദൈവത്തിന് ആവശ്യം.**

ദൈവത്തിന്റെ ഇഷ്ടത്തിനു ജീവിക്കണമെങ്കിൽ നാം പാപം വിട്ടൊഴിയണം. (1പത്രൊ. 4:2.) അതായത് പാപത്തിൽ നിന്നും പാപ ഇച്ഛകളിൽ നിന്നും വേർപെട്ടു

തങ്ങളെയും തങ്ങളുടെ അവയവങ്ങളെയും വിശുദ്ധനായ ദൈവത്തിനു വേണ്ടി സമർപ്പിച്ചവർ ജീവിതത്തിന്റെ അവസാന ശ്വാസം വരെയും പാപവിമുക്തരായി തന്നെ ജീവിക്കണം. പ്രധാനമായും രണ്ടു തരത്തിലുള്ള പാപങ്ങളുള്ളതായി തിരുവെഴുത്ത് പറയുന്നു.

1. ദൈവം ചെയ്യരുതെന്നു പറഞ്ഞകാര്യം ചെയ്യുന്നത് പാപം ആണ്. **(Sin of Commision)** ഏദനിൽ വെളിപ്പെട്ടത് ഇതാണ്.

2. ദൈവം ചെയ്യാൻ പറയുന്നത് ചെയ്യാതിരിക്കുന്നതും പാപമാണ്. **(Sin of Ommision).**

- "നന്മ ചെയ്യാനറിഞ്ഞിട്ടു ചെയ്യാത്തവനു അതു പാപം തന്നേ" യാക്കോ. 4:17.
- "യജമാനന്റെ ഇഷ്ടം അറിഞ്ഞിട്ടു ഒരുങ്ങാതെയും അവന്റെയിഷ്ടം ചെയ്യാതെയുമിരിക്കുന്ന ദാസനു വളരെ അടികൊള്ളും" ലൂക്കൊ. 12:47.

കർത്താവിനെ വേദനിപ്പിക്കുന്ന ഒരു കാര്യത്തിലും ഏർപ്പെടുകയില്ലായെന്നു മനസ്സിൽ **രജിസ്ട്രേഷൻ ഉള്ളവർ മാത്രമാണ് "വിശുദ്ധർ"** എന്നു ഒരു ദൈവഭക്തൻ പറഞ്ഞിട്ടുണ്ട്. അപ്രകാരം തീരുമാനമുള്ളവരെയാണ് അന്ത്യകാല ഉണർവ്വിന് ദൈവത്തിനാവശ്യം. ആ തീരുമാനത്തിൽ നിലനിൽക്കണമെങ്കിൽ നാം പാപത്തോടു പ്രാണത്യാഗത്താളം എതിർത്തു നിൽക്കണം (എബ്രാ. 12:4). **നമ്മോടു യുദ്ധം ചെയ്ത് നമ്മുടെ വിശുദ്ധിയെ നഷ്ടപ്പെടുത്തുകയെന്നത് സാത്താന്റെ തന്ത്രമാണ്. സാത്താന്റെ തന്ത്രം അറിയുന്നവരായ നാം (2കൊരി. 2:11) അതു മനസ്സിലാക്കി പൗലൊസ് അപ്പൊസ്തലൻ പോരാടിയതുപോലെ നല്ലപോർ പൊരുതി ജയിക്കണം. (1 തിമ. 6:12, 2 തിമ. 4:7).**

ദിനം പ്രതി നിമിഷം പ്രതി ഒരു ദിവസത്തിന്റെ 24 മണിക്കൂറും, ജീവിതത്തിന്റെ അവസാന ശ്വാസം വരെയും വിശുദ്ധിക്കുവേണ്ടി പോരാടിക്കൊണ്ടേയിരിക്കണം. **ജീവൻ നഷ്ടപ്പെടുത്തേണ്ടി വന്നാലും വിശുദ്ധി നഷ്ടപ്പെടുത്തരുത്. കാരണം, നമ്മുടെ ജീവനേക്കാൾ വിലയേറിയതാണ് വിശുദ്ധി. അത് കാത്തു സൂക്ഷിക്കേണ്ട ഉത്തരവാദിത്തം നമ്മുടേതാണ്.** അത് മോഷ്ടിക്കാൻ കള്ളനായ സാത്താൻ വരും (യോഹ. 10:10). നാം ഒരിക്കലും പാപത്തിനടിമയാകാതെ പാപം വിട്ടോടേണ്ടിടത്ത് യോസഫ് ഓടിയതുപോലെ ഓടണം. (1 പത്രൊ. 4:2).

"അവരുടെ നടുവിൽ നിന്നു പുറപ്പെട്ടു വേർപ്പെട്ടിരിക്കുവിൻ എന്നു കർത്താവ് അരുളിച്ചെയ്യുന്നു. അശുദ്ധമായതൊന്നും തൊടരുത്." 2 കൊരി. 6:16. **എതിർത്തു നിൽക്കേണ്ടിടത്ത് എതിർത്തു നിൽക്കണം.** എബ്രായർ 12:4 ൽ പാപത്തോടു പോരാടുന്നതിൽ നിങ്ങൾ ഇതുവരെയും പ്രാണത്യാഗത്തോളം എതിർത്തു നിന്നിട്ടില്ലായെന്നു പരിശുദ്ധാത്മാവ് രേഖപ്പെടുത്തിയിരിക്കുന്നു. അപ്രകാരമുള്ളവരെ അന്ത്യകാല ഉണർവ്വിന് ദൈവത്തിന് പ്രയോജനപ്പെടുത്താൻ സാദ്ധ്യമല്ല.

കർത്താവിൽ പ്രിയരെ, കഴിഞ്ഞ തലമുറകളിലും കഴിഞ്ഞ നൂറ്റാണ്ടുകളിലും ദൈവം തന്റെ ഉണർവ്വിനായി ഉപയോഗിച്ചവരെല്ലാവരും തങ്ങളുടെ വിശുദ്ധി കാത്തു സൂക്ഷിച്ചവരായിരുന്നു. അവരുടെ ജീവിതം സംസാരം, നടപ്പ്, പ്രവൃത്തികൾ, ആഹാരം, വസ്ത്രധാരണം എല്ലാം വ്യത്യസ്തമായിരുന്നു. ദൈവമഹത്വമിറങ്ങിയ അതി വിശുദ്ധ സ്ഥലത്ത് ശുശ്രൂഷിച്ച അഹരോൻ വിശുദ്ധസ്ഥലത്ത് ശുശ്രൂഷ ചെയ്തുപോന്ന പുരോഹിതന്മാരുടെ വിശുദ്ധിയ്ക്കപ്പുറമായൊരു വിശുദ്ധി ആവശ്യമായിരുന്നെങ്കിൽ നമുക്കെത്രയധികം?

പ്രാദേശിക സഭയിലും സംഘടനയിലും എത്ര ഉന്നതസ്ഥാനത്തിരിക്കുന്ന വ്യക്തിയാണെങ്കിലും വിശുദ്ധിയില്ലാതെ ദൈവത്തിന്റെ മഹത്വ ശുശ്രൂഷ ചെയ്യാൻ സാദ്ധ്യമല്ല. ദൈവത്തിന്റെ ഹൃദയപ്രകാരമുള്ള മനുഷ്യന്റെ അശുദ്ധമായ കൈകൾക്കൊണ്ടു ദൈവത്തിന്റെ വിശുദ്ധ ആലയം പണിയാൻ അനുവദിച്ചില്ലായെങ്കിൽ (1 ദിന. 28:3). നമ്മുടെ കരങ്ങളിൽ എപ്രകാരം ഏൽപിക്കും.

പ്രിയരെ, നാമിന്നായിരിക്കുന്നത് അന്ത്യകാല ഉണർവ്വിന്റെ വാതിൽക്കലാണ്. *"ഇത് നമ്മുടെ സമയം". ലോകം മുഴുവൻ ലൗകികത്വം നിറഞ്ഞിരിക്കുമ്പോൾ ബൈബിൾ മുഴുവൻ നിറഞ്ഞിരിക്കുന്നത് വിശുദ്ധിയാണ്. ആകയാൽ നാം ലോകത്തിൽ*

ജീവിക്കുകയാണെങ്കിൽ ലൗകീകരായിത്തീരും. ബൈബിളിൽ ജീവിക്കുകയാണെങ്കിൽ വിശുദ്ധരായിത്തീരും".

ആകയാൽ നമുക്കു ലോകത്തിൽ ജീവിക്കാതെ ബൈബിളിൽ ജീവിച്ച് വിശുദ്ധരായിത്തീരാം. വിശുദ്ധിയിൽ നിലനിൽക്കാം. (ഗലാ. 5:1). **ഈ ലോകത്തിന്റെ താളത്തിനും ഒഴുക്കിനും അനുസരിച്ച് ജീവിക്കാതെ ഒഴുക്കിനെതിരെ നീന്തുന്ന മത്സ്യത്തെ പ്പോലെ വിശുദ്ധരായി ജീവിക്കാം.** ദൈവീക വിളികേട്ടിറങ്ങിയ പലരും ഇന്നു ഭൗതീക നേട്ടങ്ങളുടെയും നന്മകളുടെയും പുറകെ പോകുമ്പോൾ നന്മയും കരുണയും നിന്റെ ആയുഷ്ക്കാലമൊക്കെയും നിന്നെ പിൻതുടരുമെന്നു പറഞ്ഞ ഭൗതീക നന്മകളുടെ ദാതാവിന്റെ പുറകെപ്പോകാം.

ഇപ്രകാരം വിശുദ്ധിയോടെ ജീവിക്കുന്ന ആരുമില്ലായെന്നു ചിന്തിക്കുകയും പറയുകയും ചെയ്യുന്ന സഹോദരങ്ങളേ, എല്ലാകാലത്തും എല്ലാതലമുറയിലും ദൈവത്തിനുവേണ്ടി ഒരു ശേഷിപ്പിനെ നമുക്കു കാണാൻ സാധിക്കും. ഉദ്ധാഹരണമായി അബ്രഹാം, നോഹ, ഇയ്യോബ്, യോസഫ്, ഏലിയാവ്, ദാനീയേൽ, ശദ്രക്, മേശക്, അബേദ്നെഹോ, പത്രോസ്, പൗലൊസ്, യേശു തുടങ്ങിയവർ. ആ **ശേഷിപ്പിലൂടെയാണ് ദൈവം തന്റെ പദ്ധതി നിറവേറ്റിയത്. പുതിയ ചരിത്രങ്ങൾ സൃഷ്ടിച്ചത്.**

ഈ 21-ാം നൂറ്റാണ്ടിലും ചില പുതിയ ചരിത്രങ്ങളെ മെനയാൻ അന്ത്യകാല ഉണർവ്വിന്റെ താക്കോലുകൾ ചുമന്ന് അന്ത്യകാല ഉണർവ്വിന്റെ നീർച്ചാലുകൾ ആയിത്തീരാൻ കാലേബിനെപ്പോലെ വേറൊരു സ്വഭാവം അതായത് മറ്റുള്ളവരിൽ നിന്നും വ്യത്യസ്ത സ്വഭാവം ഉള്ളവരെ (സംഖ്യ. 14:24) ദൈവത്തിന് ആവശ്യമുണ്ട്. കനാൻ ദേശം ഒറ്റുനോക്കുവാൻ പോയി മടങ്ങിവന്ന 10 ഗ്രോത്രത്തലമാരും സാദ്ധ്യമല്ല എന്നു പറഞ്ഞപ്പോൾ "അത് നമുക്കു ജയിപ്പാൻ കഴിയും" എന്നു പറഞ്ഞ് ദൈവഹിതത്തിനുവേണ്ടി കാലേബ് ഉറച്ച മനസ്സോടെ നിന്നു. കൂടെ നിൽക്കുവാൻ ആരും ഇല്ലാത്ത സാഹചര്യത്തിലും ദൈവത്തോട് പൂർണ്ണമായി പറ്റി നിന്നു. അവനെ പൂർണ്ണമായി അനുസരിച്ചു

- "എന്റെ ദാസനായ കാലേബോ അവനു വേറൊരു സ്വഭാവമുള്ളതുകൊണ്ടും എന്നെ പൂർണ്ണമായി അനുസരിച്ചതുകൊണ്ടും, അവൻ പോയിരുന്ന ദേശത്തേക്കു ഞാൻ അവനെ എത്തിക്കും. അവന്റെ സന്തതി അതു കൈവശശമാകും". സംഖ്യ. 14:24

- "എന്നാൽ കാലേബ് മോശെയുടെ മുമ്പാകെ ജനത്തെ അമർത്തി. നാം ചെന്ന് അതു കൈവശമാക്കുക. അതു ജയിക്കുവാൻ നമുക്കു കഴിയും എന്നു പറഞ്ഞു". സംഖ്യ.13:30.

- "അവൻ യിസ്രായേലിന്റെ ദൈവമായ യഹോവയെ പൂർണ്ണമായി പറ്റി നിന്നതുകൊണ്ടു തന്നെ". യോശുവ. 14:14.

കാലേബിനെപ്പോലെ ദൈവീകവാഗ്ദത്തങ്ങളെ വിശ്വസിച്ച് ദൈവഹിതത്തിൽ ഉറച്ചുനിന്ന് ദൈവത്തോട് പൂർണ്ണമായി പറ്റി നിന്നു ദൈവത്തെ പൂർണ്ണമായി അനുസരിക്കുന്ന (ഒരുശേഷിപ്പിനെ) വിശുദ്ധരെ ദൈവം അന്വേഷിക്കുന്നു.

"അങ്ങനെ ഈ കാലത്തിലും കൃപയാലുള്ള തിരഞ്ഞെടുപ്പിൽ പ്രകാരം ഒരു ശേഷിപ്പുണ്ട്".
റോമ.11:5.

വിശുദ്ധർക്കുമാത്രം കൈമാറാൻ ദൈവം സൂക്ഷിച്ചു വച്ചിരിക്കുന്ന ചില ഹൃദയ രഹസ്യങ്ങൾ, വെളിപ്പാടുകൾ, ആലോചനകൾ എന്നിവയാകുന്ന ഉണർവ്വിന്റെ താക്കോലുകൾ അവസാനശ്വാസം വരെയും വിശുദ്ധിയോടെ ജീവിക്കാൻ സമർപ്പണവും ആഗ്രഹവും ഉള്ള അന്ത്യകാല സഭയിലെ വിശ്വസ്തർക്ക് കൈമാറാൻ ദൈവം ആഗ്രഹിക്കുന്നു.

അതിനായി പത്മൊസ് ദ്വീപിലായിരുന്ന യോഹന്നാനെ **"ഇവിടെ കയറിവരിക"** (വെളി. 4:1) എന്നു വിളിച്ച ദൈവം വിശുദ്ധിയുടെ അടുത്ത പടിയായ കർത്താവിന്റെ വിശുദ്ധിയിലേക്കു നമ്മെയും വിളിക്കുന്നു. നാം അതിന് തയ്യാറാണോ? നമുക്കു മനസ്സുണ്ടോ? ദൈവത്തിന് മനസ്സുണ്ട്. അപ്രകാരം ഉള്ള വിശുദ്ധരിലൂടെ ഇതുവരെയും ലോകം കണ്ടിട്ടില്ലാത്തതും കേട്ടിട്ടില്ലാത്തതും ചരിത്രത്തിൽ സംഭവിച്ചിട്ടില്ലാത്തതുമായ അസാധാരണ ദൈവപ്രവൃത്തികൾ നടക്കുകയും അത് അവിശ്വാസികളുടെ ആത്മീയക്കണ്ണുകളെ തുറക്കുകയും അവർ മാനസാന്തരപ്പെടുകയും ചെയ്യും.

അതാണ് ഉണർവ്വ്. അതിനായി ദൈവത്തിന് എന്നെയും നിങ്ങളെയും ആവശ്യമുണ്ട്. നമുക്കു നമ്മെത്തന്നെ സമർപ്പിക്കാം.

"ദൈവം നമ്മെ അശുദ്ധിക്കല്ല. വിശുദ്ധീകരണത്തിന്നത്രേ വിളിച്ചത്". 1 തെസ്സ. 4:7.
"സമാധാനത്തിന്റെ ദൈവം തന്നേ നമ്മെ മുഴുവനും ശുദ്ധീകരിക്കുമാറാകട്ടെ". 1തെസ്സ. 5:23.

അദ്ധ്യായം 10
വിശ്വസ്തത

ദൈവത്തെ പ്രസാദിപ്പിക്കുന്ന മറ്റൊരു ഘടകമാണ് വിശ്വസ്തത. സത്യവേദ പുസ്തകം പഠി ക്കുമ്പോൾ സർവ്വശക്തനായ ദൈവം തന്റെ മഹത്തരമായ ശുശ്രൂഷയ്ക്ക് ഉപയോഗിച്ചതെല്ലാം വിശ്വ സ്തരായ ദാസന്മാരെയാണെന്ന് മനസ്സിലാക്കാൻ സാധിക്കും. യജമാനന്മാരെ ദൈവം ഉപയോഗി ക്കാറില്ല.

സ്വയ ഇച്ഛയില്ലാതെ സ്വയത്യാഗത്തോടെ എന്തു വിലകൊടുത്തും യജമാനനെ പ്രസാദിപ്പി ക്കുക എന്ന ഉദ്ദേശ്യത്തോടുകൂടി യജമാനൻ ഏൽപിക്കുന്നതും ഏൽപിക്കാത്തതുമായ ദൗത്യം യജ മാനന്റെ ഇഷ്ടം അറിഞ്ഞ്, തന്റെ ജീവനെപ്പോലും തൃണവൽക്കരിച്ചുകൊണ്ട്, (പ്രാണനെ വിലയേറി യതായി കാണാതെ അപ്പൊ. 20:24)പൂർത്തീകരിക്കുന്നവനാണ് ദാസൻ.

കഴിഞ്ഞ തലമുറകളിൽ ദൈവം തന്റെ അതിമഹത്തായ ശുശ്രൂഷകൾ ഏൽപിച്ച ചില വിശ്വസ്ത ദാസന്മാരെ ബൈബിളിൽ നിന്നും പരിചയപ്പെടാം.

1. മോശെ:- മോശെ ദൈവഭവനത്തിൽ (എബ്രാ. 3:2) അഥവാ ദൈവഗൃഹത്തിൽ ഒക്കെയും **വിശ്വസ്തൻ (സംഖ്യ. 12.7) ആയിരുന്നതുകൊണ്ട്** മറ്റാരെയും ഏൽപിക്കാത്ത അനേകം ഉത്തരവാദി ത്തങ്ങൾ (ശുശ്രൂഷകൾ) ഏൽപിച്ചതായി തിരുവചനത്തിലും ചരിത്രത്തിലും രേഖപ്പെടുത്തിയിരിക്കു ന്നു. അതിലൊരു പ്രധാന സംഭവമാണ് മിസ്രയീമ്യ അടിമത്തത്തിൽ നിന്നുള്ള യിസ്രായേൽ മക്ക ളുടെ വീണ്ടെടുപ്പ്. അത് ഉണർവ്വിനടയാളമാണ് (പുറ. 3:10).

2. ദാവീദ്:- ദാവീദ് തന്റെ അപ്പന്റെ ആടുകളെ മേയിച്ചുകൊണ്ടിരുന്ന കാലത്ത് ഒരിക്കലൊരു സിംഹവും ഒരിക്കലൊരു കരടിയും വന്ന് ആട്ടിൻകുട്ടിയെ പിടിച്ചപ്പോൾ **ദാവീദ് അതിന്റെ വായിൽ നിന്നും ആട്ടിൻകുട്ടിയെ വിടുവിച്ച് (1 ശമൂ. 17:34, 35) തന്റെ വിശ്വസ്തത തെളിയിച്ചു.**ആയതിനാൽ തന്റെ സ്വന്തജനമായ യിസ്രായേൽ മക്കളെ ഫെലിസ്ത്യരുടെ കയ്യിൽ നിന്നും വിടുവിക്കാൻ ദൈവം അവനെ ഉപയോഗിച്ചു (1 ശമൂ. 17:49). അതും ഉണർവ്വിനടയാളമാണ്.

3. യേശു:- ദൈവമക്കളായ നമുക്കു മാതൃക മോശെയോ, ദാവീദോ പുതിയ നിയമ അപ്പൊ സ്തലന്മാരോ പ്രവാചകന്മാരോ, ഈ ലോകത്തിലെ മനുഷ്യരോ,സ്വർഗ്ഗത്തിലെ ദൂതന്മാരോ അല്ല. കർത്താവായ യേശുക്രിസ്തുവാണ്. (1 പത്രൊ. 2:21). ദാവീദ് ഗൃഹത്തിന്റെ താക്കോലും (യെശ.22:22, വെളി. 3:7) **മരണത്തിന്റെയും പാതാളത്തിന്റെയും താക്കോലും (വെളി. 1:18) കയ്യി ലുള്ള കർത്താവായ യേശുക്രിസ്തു, തന്നെ നിയമിച്ചാക്കിയവനും (എബ്രാ. 3:2) ദൈവകാര്യ ത്തിലും വിശ്വസ്തനായിരുന്നു (എബ്രാ. 2:17).** ആ യേശുവിനെയാണ് പാപത്തിന്റെ അടിമത്തത്തി ലായിരുന്ന മാനവരാശിയുടെ **വീണ്ടെടുപ്പ് എന്ന വലിയ ഉത്തരവാദിത്തം പിതാവാം ദൈവം ഏൽപിച്ചത്. (യോഹ. 3:16).** യേശു തന്റെ ജീവിതത്തിൽ ഗത്ശെമന വന്നപ്പോഴും ക്രൂശ് വന്ന പ്പോഴും പിന്മാറാതെ ആ ദൗത്യത്തിൽ വിശ്വസ്തനായിരുന്നു. ഏൽപിച്ച സകല ദൗത്യവും നിറവേറ്റി യതിനുശേഷമാണ് ആത്മാവിനെ പിതാവിന്റെ കയ്യിൽ ഏൽപിച്ചത് (യോഹ. 19:30).

പഴയനിയമത്തിൽ യിസ്രായേൽ മക്കൾ ഫറവോന്റെ അടിമത്തത്തിൽ ആയിരുന്നതു പോലെ (പുറ. 3:10) കർത്താവായ യേശുക്രിസ്തു വീണ്ടെടുപ്പിൻ വില കൊടുത്ത വലിയൊരു കൂട്ടം ജനം ഇന്ന് സാത്താന്റെ അടിമത്തത്തിലായിരിക്കുന്നു (1യോഹ. 5:19) അവരെ **സാത്താന്റെ അടിമ ത്തിൽ നിന്നും വിടുവിച്ച് ദൈവരാജ്യത്തിലാക്കാൻ വിശ്വസ്തരായ മോശെമാരെ ദൈവത്തിനാ വശ്യമുണ്ട്.** ചെന്നായ്ക്കളുടെയും (മത്താ. 10:16) കുറുക്കന്മാരുടെയും (ഉത്തമ. 2:15) കള്ളന്മാരു ടെയും (യോഹ. 10:10) കയ്യിൽ നിന്നും ആട്ടിൻകുട്ടികളായ ആത്മാക്കളെ രക്ഷിക്കാൻ (സംരക്ഷി ക്കാൻ) **വിശ്വസ്തരായ ദാവീദുമാരെയും ആവശ്യമുണ്ട്.** സഹോദരാ സഹോദരീ നാമാണ് അന്ത്യകാലത്തിലെ മോശെയും ദാവീദും. ദൈവകരങ്ങളിൽ ഏൽപിക്കാമോ?

സത്യവേദപുസ്തകത്തിൽ നല്ലദാസൻ (മത്താ. 25:21, 23) ദുഷ്ടദാസൻ (മത്താ. 25:26) വിശ്വസ്ത ദാസൻ (മത്താ. 25:21, 23) മടിയനായ ദാസൻ (മത്താ. 25:26) ബുദ്ധിമാനായ ദാസൻ (മത്താ.24:25) തുടങ്ങി അനേക ദാസന്മാരെ കാണാൻ സാധിക്കും. **എന്നാൽ തികെച്ചും വ്യത്യസ്ത**

മായി പുറപ്പാടു പുസ്തകം 21-ാം അദ്ധ്യായത്തിൽ കാതു കുത്തി തുളയ്ക്കപ്പെട്ട ഒരു എബ്രായ ദാസനെക്കുറിച്ച് രേഖപ്പെടുത്തിയിരിക്കുന്നു.

തന്റെ യജമാനനോടുള്ള സ്നേഹത്തിന്റെയും വിശ്വസ്തതയുടെയും അടയാളവും തന്റെ യജമാനനോടുള്ള പ്രതിബദ്ധതയുമാണ് കുത്തി തുളയ്ക്കപ്പെട്ട കാതെന്ന് തിരുവചനം വായിക്കുന്നവർക്ക് മനസ്സിലാകും. അവനാണ് യഥാർത്ഥ വിശ്വസ്ത ദാസൻ. അവൻ തന്റെ യജമാനനേക്കാൾ നല്ലൊരു യജമാനനെ കണ്ടാലോ കൂടുതൽ ശമ്പളം കിട്ടിയാലോ ഒരിക്കലും യജമാനനെ വിട്ടു പോകുകയില്ല.മറ്റാർക്കും തന്നെ അവനെ ഇനി അടിമയാക്കാനും സാദ്ധ്യമല്ല. എന്തെല്ലാം പ്രതികൂലങ്ങളും പ്രശ്നങ്ങളും കൊടുങ്കാറ്റുകളും ജീവിതമാകുന്ന നൗകയ്ക്കെതിരെ കടന്നു വന്നാലും അവന് ആ യജമാനനെ വിട്ടുപോകാൻ സാദ്ധ്യവുമല്ല. അപ്രകാരമുള്ള ദാസന്മാരുടെ കയ്യിൽ മറ്റാരെയും ഏൽപിക്കാത്ത വലിയ ഉത്തരവാദിത്തങ്ങളാകുന്ന താക്കോലുകൾ ഏൽപിക്കും.അതിനൊരുത്തമ ഉദാഹരണമാണ് പഴയനിയമത്തിലെ യോസഫ്.

സംഖ്യാ പുസ്തകത്തിൽ കാണുന്ന എബ്രായ ബാലനെപ്പോലെ പുറമെ തുളയ്ക്കപ്പെട്ട ഒരു കാത് യോസഫിൽ കാണാനില്ലായിരുന്നു. കാരണം, അവന്റെ മുറിവുകൾ അകത്ത് (ഹൃദയത്തിൽ) ആയിരുന്നു. *തിരസ്കരണം, ഏകാന്തത, ഒറ്റപ്പെടുത്തൽ, പൊട്ടക്കിണർ, പോത്തിഫറിന്റെ ഭവനത്തിലെ കുറ്റാരോപണം, ജയിൽ തുടങ്ങിയവയെല്ലാം അവന്റെ മുറിവുകളായിരുന്നു.* ആ മുറിവുകൾ ഉള്ളപ്പോൾ തന്നെ അവൻ ആയിരുന്ന എല്ലാ സ്ഥാനങ്ങളിലും ദൈവത്തോടും മനുഷ്യരോടും വിശ്വസ്തനായിരുന്നു. ഒരിക്കൽപോലും ദൈവത്തെയും മനുഷ്യരെയും സഹോദരന്മാരെയും കുറ്റം പറഞ്ഞതായിട്ടോ, പിറുപിറുത്തതായിട്ടോ ബൈബിളിൽ രേഖപ്പെടുത്തിയിട്ടില്ല. അവന്റെ വിശ്വസ്തത അവനെ പ്രധാനമന്ത്രി പദവിയിൽ എത്തിച്ചു.

ഇതുവരെ ഈ ബുക്കിൽ പരാമർശിച്ച ഉപാധികൾക്കു പുറമെ ദൈവത്തെ പ്രസാദിപ്പിക്കാനുള്ള മറ്റ നേകം കാര്യങ്ങളും തിരുവചനത്തിലുണ്ട് അവയിൽ ചിലത് ചുവടെ പരാമർശിക്കുന്നു.

1) **ദൈവഭയം:-** ദൈവഭയമെന്നാൽ ദൈവത്തോടുള്ള ആഴമായ ബഹുമാനവും ആദരവുമാണ്. നാം ദൈവത്തെ ഭയപ്പെടുന്നത് ദൈവത്തിനുവേണ്ടിയല്ല, നമ്മുടെ നന്മയ്ക്കുവേണ്ടിയാണ്. പാപത്തിൽ നിന്നും അകന്ന് വിശുദ്ധരായി ജീവിക്കാൻ അത് നമ്മെ സഹായിക്കും.

- "തന്നെ **ഭയപ്പെടുകയും** തന്റെ ദയയിൽ പ്രത്യാശ വയ്ക്കുകയും ചെയ്യുന്നവരിൽ യഹോവ പ്രസാദിക്കുന്നു". സങ്കീ. 147:11.

- "മോശെ ജനത്തോട്, ഭയപ്പെടേണ്ട, നിങ്ങളെ പരീക്ഷിക്കേണ്ടതിനും നിങ്ങൾ പാപം ചെയ്യാതിരിപ്പാൻ **അവങ്കലുള്ള ഭയം** നിങ്ങൾക്കു ഉണ്ടായിരിക്കേണ്ടതിനും അത്രേ ദൈവം വന്നിരിക്കുന്നത് എന്നു പറഞ്ഞു". പുറ. 20:20

ദൈവത്തെ ഭയപ്പെടുകയും തന്റെ ദയയിൽ പ്രത്യാശ വയ്ക്കുകയും ചെയ്യുന്നവരിൽ ദൈവം പ്രസാദിക്കുന്നു.

2) **യാഗം:** പഴയനിയമത്തിൽ മൃഗങ്ങളെയും പക്ഷികളെയും യാഗം കഴിച്ചാണ് ദൈവപ്രസാദം നേടിയിരുന്നത്. പുതിയ നിയമത്തിലും ദൈവം പ്രസാദിക്കുന്ന ചില യാഗങ്ങളുള്ളതായി തിരുവചനത്തിൽ രേഖപ്പെടുത്തിയിരിക്കുന്നു.

"അധരഫലം എന്ന സ്തോത്രയാഗം ഇടവിടാതെ അർപ്പിക്കുക, നന്മ ചെയ്യുവാനും കൂട്ടായ്മ കാണിക്കുവാനും മറക്കരുത് **ഈ വക യാഗത്തിലല്ലോ ദൈവം പ്രസാദിക്കുന്നത്**". എബ്രാ. 13:15, 16

3) **നന്മ ചെയ്തിട്ട് കഷ്ടം സഹിച്ചാൽ അത് ദൈവത്തിന് പ്രസാദം.** 1 പത്രൊ. 2:20

4) **ഒരുത്തൻ ദൈവത്തെക്കുറിച്ചുള്ള മനോബോധം നിമിത്തം അന്യായമായി കഷ്ടവും ദുഃഖവും സഹിച്ചാൽ അത് ദൈവത്തിന് പ്രസാദം.** 1 പത്രൊ. 2:19.

5) **സംസാരം കൊണ്ട് ദൈവത്തെ പ്രസാദിപ്പിക്കാം.** 1 തെസ്സ. 2:4

6) **പരമാർത്ഥ ഹൃദയം ദൈവത്തെ പ്രസാദിപ്പിക്കും.** 1 ദിന. 29:17

7) ജീവിതം കൊണ്ട് ദൈവത്തെ പ്രസാദിപ്പിക്കണം.അതിന് ദൈവപ്രസാദമായ രീതിയിൽ നടപ്പ് സൂക്ഷിക്കണം. (1 തെസ്സ.4:1) യോഗ്യമായ രീതിയിൽ നടക്കണം. (കൊലൊ.1:10,എഫെ.4:1) വെളിച്ചത്തിൽ നടക്കണം.(യോഹ.8:12 , യോഹ.12:46 , യോഹ.12:35)

അവസാനമായി എഴുതട്ടെ, ക്രിസ്തുവില്ലാതെ നാം എന്തൊക്കെ ചെയ്താലും അത് ദൈവത്തിന് പ്രസാദമാകയില്ല.

"ക്രിസ്തുവിനെ സേവിക്കുന്നവൻ ദൈവത്തെ പ്രസാദിപ്പിക്കുന്നവനും മനുഷ്യർക്കു കൊള്ളാവുന്നവനും തന്നേ" റോമ. 14:18.

ഇതിൽ നിന്നും നമുക്കു മനസ്സിലാക്കാൻ സാധിക്കുന്നത് ദൈവത്തെ പ്രസാദിപ്പിക്കാനുള്ള പരമ പ്രധാനമായ മാർഗ്ഗം കർത്താവായ യേശുക്രിസ്തുവിനെ സേവിക്കുക (ആരാധിക്കുക) എന്നതാണ്. ഇങ്ങനെ ദൈവത്തെ പ്രസാദിപ്പിക്കുമ്പോൾ സ്വർഗ്ഗം തുറക്കും. സ്വർഗ്ഗം തുറന്നാൽ തീർച്ചയായും അവിടെ ഒരു ഉണർവ്വുണ്ടാകും.

കർത്താവിൽ പ്രിയരെ, ദൈവപ്രസാദമുള്ള (ദൈവത്തിനിഷ്ടമുള്ള) ഏറ്റവും പ്രധാനപ്പെട്ട ചില ഘടകങ്ങളാണ് തിരുവചനാടിസ്ഥാനത്തിൽ നാം പഠിച്ചത്. അത് ചെയ്യുന്നവരിൽ ദൈവം പ്രസാദിക്കുന്നു.

അദ്ധ്യായം 11
ദൈവപ്രസാദമില്ലാത്തവർ

ദൈവത്തിനിഷ്ടമുള്ള കാര്യങ്ങൾ ചെയ്യുന്നവരിൽ പ്രസാദിക്കുന്ന ദൈവം അത് ചെയ്യാത്തവരിൽ പ്രസാദിക്കുന്നില്ല. മാത്രമല്ല, ദൈവത്തിനിഷ്ടമില്ലാത്തതും ദൈവം വെറുക്കുന്നതുമായ കാര്യങ്ങൾ ചെയ്യുന്നവരിലും ദൈവം പ്രസാദിക്കുന്നില്ല. തിരുവചനത്തിൽ ദൈവത്തിനിഷ്ടമില്ലാത്തതും ദൈവം വെറുക്കുന്നതുമായ അനേക കാര്യങ്ങൾ രേഖപ്പെടുത്തിയിരിക്കുന്നു. അവയിൽ ചിലത് ചുവടെ ചേർക്കുന്നു...

1. **മുഖസ്തുതി (flattering)** :- മുഖസ്തുതി എന്നാൽ "പുകഴ്ത്തുക" എന്നാണർത്ഥം. ഇന്നു സഭകളിൽ സാധാരണ കണ്ടുവരുന്ന ഒരു പാപമാണിത്. ആത്മീയരല്ലാത്തവരെ (ജഡീകരെയും പാപികളെയും) മറ്റുള്ളവരുടെ മുമ്പിൽ വാനോളം പുകഴ്ത്തുന്നു. സഭയിൽ മുഖ്യസ്ഥാനം കൊടുക്കുന്നു.

അവർ ഏതെങ്കിലും തെറ്റിൽ അകപ്പെട്ടാൽ പോലും അത് തെറ്റാണെന്നു പറയുന്നില്ല. അവരെ മാനസാന്തരത്തിലേക്കു നടത്തുന്നില്ല. എന്നാൽ ദൈവവചനം എന്തുപറയുന്നുവെന്ന് നോക്കാം .

> "ദുഷ്ടനോട് നീ നീതിമാൻ എന്നു പറയുന്നവനെ ജാതികൾ ശപിക്കുകയും വംശ ങ്ങൾ വെറുക്കുകയും ചെയ്യും." സദൃ. 24:23, 24

> "സകല മനുഷ്യരും നിങ്ങളെ പുകഴ്ത്തുമ്പോൾ നിങ്ങൾക്കു അയ്യോ കഷ്ടം" ലൂക്കൊസ് 6:26

> "ദുഷ്ടനെ നീതികരിക്കുന്നവനും നീതിമാനെ കുറ്റം വിധിക്കുന്നവനും രണ്ടുപേരും യഹോവെക്കു വെറുപ്പ്." സദൃശ. 17:15

> "കൂട്ടുകാരനോടു മുഖസ്തുതി പറയുന്നവൻ അവന്റെ കാലിന് ഒരു വല വിരിക്കുന്നു". സദൃ. 29:5

> "മുഖസ്തുതി പറയുന്ന വായ് നാശം വരുത്തുന്നു". സദൃശ. 26:28

മുഖസ്തുതി പറയുന്നവനെ സ്രഷ്ടാവ് ക്ഷണത്തിൽ നീക്കിക്കളയുമെന്ന് ഇയ്യോബ് 32:22 ൽ പറയുന്നു.

<u>*"എന്നാൽ മനുഷ്യ പുത്രൻ നിമിത്തം മനുഷ്യർ നിങ്ങളെ ദ്വേഷിച്ചു ഭ്രഷ്ടരാക്കി നിന്ദിച്ച് നിങ്ങ ളുടെ പേര് വിടക്ക് എന്നു തള്ളുമ്പോൾ നിങ്ങൾ ഭാഗ്യവാന്മാർ" എന്നും യേശു ശിഷ്യന്മാരോടു പറഞ്ഞു. ലൂക്കൊ. 6:22*</u>

ആദിമ സഭയിലെ അപ്പൊസ്തലന്മാരെ ജനം ഇന്ദ്രൻ എന്നും ബുധൻ എന്നും വിളിച്ചുകൊണ്ട് കാളകളെയും പൂമാലകളെയും കൊണ്ടു വന്ന് യാഗം കഴിക്കാൻ വന്ന പ്പോൾ അവർ അവരെ തടഞ്ഞു. (അപ്പൊ. 14:8-18) എന്നാൽ മറ്റു ചില അവസരങ്ങളിൽ കല്ലെറിഞ്ഞ പ്പോൾ എതിർക്കാതെ സഹിച്ചു. നമ്മുടെ മാതൃകയായ കർത്താവായ യേശുക്രിസ്തുവിനെ പിടിച്ച് രാജാവാക്കാൻ തുടങ്ങിയപ്പോൾ യേശു അവിടെ നിന്നും മാറിപ്പോയി. എന്നാൽ ക്രൂശീകരണത്തി നായി തന്നെത്തന്നെ ഏൽപ്പിക്കുകയും ചെയ്തു.

ആകയാൽ അന്ത്യകാല സഭയിലെ സഹോദരങ്ങളെ, മുഖസ്തുതി പറയുന്നതിൽ നിന്നും നമുക്കു ഒഴിഞ്ഞിരിക്കാം. മുഖസ്തുതി പറയുന്നവരെയും മനപ്പൂർവ്വമായി ഒഴിവാക്കാം. കാരണം, അവർ "ഇന്നു ഹോശന്നാ പറയും നാളെ ക്രൂശിക്ക്" എന്നും പറയും. "ഇന്ന് ഉയർത്തും നാളെ താഴ്ത്തും." ഒരിക്കലും നാം അതിൽ വീണു പോകരുത്. അവർ പറയുന്നത് വാസ്തവമല്ല അധി കവും കള്ളമാണ്. കാരണം, അവർ കാണുന്നത് നമ്മുടെ മുഖം മാത്രമാണ്.

സത്യസന്ധമല്ലാത്ത പ്രസ്താവനകൾ നമ്മെ സുഖിപ്പിക്കുമെങ്കിലും അത് നമ്മെ നിഗളത്തി ലേക്കും മറ്റു പല ദോഷങ്ങളിലേക്കും കൊണ്ടെത്തിക്കാം. അങ്ങനെ ലൂസിഫറിന് സംഭവിച്ചത് നമുക്കും സംഭവിക്കാം.ആകയാൽ നമ്മുടെ കഴിവുകളും കഴിവുകേടുകളും നാം തന്നെ അറിഞ്ഞിരി ക്കണം.

"മനുഷ്യരുടെ അഭിനന്ദനങ്ങളെയും വിമർശനങ്ങളെയും നിരോധിക്കണം. അത് നമ്മെ സ്വാധീ നിക്കരുത്".

"Be resistant to the appreciation and criticism of human beings".

മനുഷ്യരാലുള്ള പുകഴ്ചയേക്കാൾ ദൈവത്തിന്റെ അംഗീകാരമാണ് നമുക്കാവശ്യം. ആകയാൽ മുഖസ്തുതിയും ചക്കരവാക്കും കപടതകളും മാറ്റി ഹൃദയം കാണുന്ന ദൈവത്തെ പ്രസാദിപ്പിച്ചു കൊണ്ട് മുന്നേറാം. അതിനായി ദൈവം നമ്മെ സഹായിക്കും.

2. മുഖപക്ഷം:- മനുഷ്യരുടെ മുഖം നോക്കാത്ത (ആവ. 10:17, മത്താ. 22:16, ഗലാ. 2:6) മുഖപക്ഷമി ല്ലാത്ത ദൈവം (എഫെ. 6:9, അപ്പൊ. 10:43, റോമ. 2:11) നമ്മോടു കൽപിക്കുന്നത് മുഖപക്ഷം കാണി ക്കരുത് (യാക്കോ. 2:1) എന്നാണ്. കാരണം, ദൈവം മുഖപക്ഷത്തെ വെറുക്കുന്നു. ആകയാൽ നമുക്കും മുഖപക്ഷത്തെ വെറുക്കാം.

3. ദ്രവ്യാഗ്രഹം:- ദ്രവ്യാഗ്രഹം സകലവിധ ദോഷത്തിനും മൂലമാണ്. (1 തിമ. 6:10). ദൈവം വെറു ക്കുന്ന മുഖസ്തുതിയും ദ്രവ്യാഗ്രഹം അപ്പൊസ്തലന്മാരും വെറുത്തിരുന്നു. "നിങ്ങൾ അറിയും പോലെ ഞങ്ങൾ ഒരിക്കലും മുഖസ്തുതിയോ ദ്രവ്യാഗ്രഹത്തിന്റെ ഉപായമോ പ്രയോഗിച്ചിട്ടില്ല. ദൈവം സാക്ഷി" 1 തെസ്സ. 2:5, അപ്പൊ. 20:33. ക്രിസ്തുശിഷ്യരുടെ നടപ്പ് എന്നും ദ്രവ്യാഗ്രഹമില്ലാ ത്തതായിരിക്കണം എന്ന് (എബ്രാ. 13:5) ദൈവം നമ്മെ ഓരോരുത്തരെയും കുറിച്ച് ആഗ്രഹിക്കുന്നു. കാരണം, നാം പരീക്ഷയിലും കെണിയിലും കുടുങ്ങി നശിക്കാനും ശാപഗ്രസ്ഥരായി തീരാനും ദൈവം ആഗ്രഹിക്കുന്നില്ല.

"ധനികന്മാരാകുവാൻ ആഗ്രഹിക്കുന്നവർ പരീക്ഷയിലും കെണിയിലും കുടുങ്ങുകയും മനുഷ്യർ സംഹാരനാശങ്ങളിൽ മുങ്ങിപ്പോകുവാൻ ഇരയായിത്തീരുകയും ചെയ്യുന്നു". 1 തിമ. 6:9.

"ദ്രവ്യാഗ്രഹത്തിൽ അഭ്യാസം തികഞ്ഞ ഹൃദയമുള്ളവർ ശാപത്തിന് യോഗ്യരായി തീരുന്നു". 2പത്രൊ. 2:14

ദൈവസഭയുടെ ശുശ്രൂഷകരുടെ പ്രാഥമിക യോഗ്യത തന്നെ ദ്രവ്യാഗ്രഹം ഇല്ലാത്തവൻ ആയിരി ക്കണം എന്നതാണ് (തീത്തൊ. 1:7, 1 തിമ. 3:4) എന്നാൽ ഈ അന്ത്യകാലത്ത് അനേകം കർത്തൃ വേലക്കാരെയും കാർന്നു തിന്നുകൊണ്ടിരിക്കുന്ന കൊടിയ പാപമാണ് ദ്രവ്യാഗ്രഹം. കൗശല ത്തോടെ (അലംഭാവത്തോടെ) ശുശ്രൂഷ ചെയ്താൽ വലിയ സാമ്പത്തിക നേട്ടം ഉണ്ടാക്കുവാൻ കഴി യുന്ന മാർഗ്ഗമാണിതെന്ന് തിരുവചനം തന്നെ പറയുന്നു. "അലംഭാവത്തോടുകൂടിയ ദൈവഭക്തി വലുതായ ആദായം ആകുന്നുതാനും" (1തിമ. 6:6).അങ്ങനെയുള്ളവരുടെ കൈയിൽ ദൈവം അന്ത്യകാല ഉണർവ്വിന്റെ താക്കോൽ ഏൽപിക്കുകയില്ല.

"അതുപോലെ കർത്താവും സുവിശേഷം അറിയിക്കുന്നവർ സുവിശേഷത്താൽ ഉപജീവിക്കേണം എന്നും കല്പിച്ചിരിക്കുന്നു." 1 കൊരി. 9:14, ഗലാ. 6:6

"ദ്രവ്യമോ സകലത്തിനും ഉതകുന്നു" സഭാ.10:19.

ദ്രവ്യം സകലത്തിനും ഉത്തരം എന്നാണ് ഇംഗ്ലീഷ് ബൈബിളിൽ രേഖപ്പെടുത്തിയിരിക്കുന്നത്. (**"Money to answer for all of it." Amp**) അർത്ഥം, ദ്രവ്യം പാപമല്ല. നമുക്ക് ഈ ലോകത്തിൽ ജീവിക്കണമെങ്കിൽ ദ്രവ്യം(പണം) അത്യാവശ്യമാണ്. അതില്ലാതെ ജീവിക്കുക അസാദ്ധ്യമാണ്. എല്ലാറ്റിനും പണം ആവശ്യമുണ്ട്. എന്നാൽ പണത്തോടുള്ള ആഗ്രഹം (ദ്രവ്യാഗ്രഹം/ പണാസ ക്തി) പാപമാണ്. അതാണ് ദൈവം വെറുക്കുന്നത്. അത് നാമും വെറുക്കണം.

4. **മാനുഷികമാനം:-** നമ്മുടെ കർത്താവായ യേശുക്രിസ്തു മനുഷ്യരോടു ബഹുമാനം വാങ്ങു ന്നില്ല. (യോഹ. 5:41). മനുഷ്യന്റെ സാക്ഷ്യംകൊണ്ട് ആവശ്യം ഇല്ല. (യോഹ. 5:34). യേശുവിന് പിതാവിൽ നിന്നാണ് മാനവും തേജസ്സും ലഭിച്ചത് (2പത്രാ. 1:17) . ഇന്നും ദൈവത്തിനാവശ്യം ദൈവത്തെ മാനിക്കുന്നവരെയാണ്. അവരെ ദൈവം മാനിക്കുകയും ഉണർവ്വിനായി പ്രയോജനപ്പെ ടുത്തുകയും ചെയ്യും. (1 ശമു. 2:30).

ദൈവം വെറുത്ത മാനുഷികമാനം അപ്പൊസ്തലന്മാരും വെറുത്തുവെന്ന്   1 തെസ്സ. 2:6 ൽ രേഖപ്പെടുത്തിയിരിക്കുന്നു. ദൈവം വെറുത്ത മാനുഷികമാനം നമുക്കും വെറുക്കാം. നമൂ ക്കാവശ്യം ദൈവത്തിന്റെ മാന്യതയാണ് അതിനായി ഒന്നാമതായി നമുക്ക് ദൈവത്തെ മാനിക്കാം.

5. **വേറൊരു സുവിശേഷവും വേറൊരു യേശുവും:-** *ദാവീദിന്റെ സന്തതിയായി ജനിച്ച് മരി ച്ചിട്ട് ഉയിർത്തെഴുന്നേറ്റിരിക്കുന്ന യേശുക്രിസ്തുവാണ് അപ്പൊസ്തലന്മാർ പ്രസംഗിച്ച സുവി ശേഷം (2 തിമൊ. 2:8, അപ്പൊ. 8:5, 1 കൊരി. 16:2) ആ സുവിശേഷം വിശ്വസിക്കുകയും അനുസരിക്കു കയും ചെയ്യുന്നവരെ രക്ഷിക്കുന്നു (1 കൊരി. 15:2,റോമ. 1:16). ഈ സുവിശേഷം വിശ്വാസ്യവും എല്ലാവരും അംഗീകരിപ്പാൻ യോഗ്യവുമായ വചനമാണ് (1 തിമ. 4:9)*

എന്നാൽ ഒരു നാണയത്തിന് 2 വശങ്ങൾ ഉള്ളതുപോലെ സ്നേഹവാനായ യേശുക്രിസ്തു വിൽ വിശ്വസിക്കാത്തവരെ ശിക്ഷിക്കുന്നു അഥവാ ന്യായംവിധിക്കുന്നു. (റോമ. 1:18). എന്ന മറ്റൊരു വശം (മുഖം) കൂടിയുണ്ട്. അതും കൂടെ പ്രസംഗിക്കണം (റോമ. 2:16, അപ്പൊ. 10:42)

ന്യായംവിധിക്കുന്ന യേശുക്രിസ്തു

- "അവൻ ഭൂലോകത്തെ നീതിയോടും ജാതികളെ വിശ്വസ്തതയോടും കൂടെ വിധി ക്കും".സങ്കീ. 96:13,

- "എല്ലാവരും ദൈവത്തിന്റെ ന്യായാസനത്തിനു മുമ്പാകെ നിൽക്കേണ്ടി വരും". റോമ. 14:10.

- "ന്യായവിധി എല്ലാം പുത്രനു കൊടുത്തിരിക്കുന്നു." യോഹ. 5:22

- "അപ്പോൾ അവൻ ഓരോരുത്തനും അവനവന്റെ പ്രവൃത്തിക്കു തക്കവണ്ണം പകരം നൽകും". മത്താ. 16:27.

- "എന്റെ വചനം കൈക്കൊള്ളാതെ എന്നെ തള്ളിക്കളയുന്നവനെ ന്യായം വിധിക്കു ന്നവൻ ഉണ്ട്. ഞാൻ സംസാരിച്ച വചനം തന്നേ ഒടുക്കത്തെ നാളിൽ അവനെ ന്യായം വിധിക്കും" യോഹ. 12:48

ന്യായം വിധിക്കുന്ന യേശുക്രിസ്തുവിനെ പ്രസംഗിച്ചില്ലായെങ്കിൽ അത് വേറൊരു സുവി ശേഷമാണ്.

മനുഷ്യർക്ക് രക്ഷ (മോക്ഷം) ലഭിക്കുന്നത് കർത്താവായ യേശുക്രിസ്തുവി ലൂടെ മാത്രമാണ്. അപ്പോൾ തന്നെ മനസ്സിലാക്കുക, ശിക്ഷ നടപ്പാക്കുന്നതും കർത്താവായ യേശു ക്രിസ്തു തന്നെയാണ്.

"ദൈവത്തെ അറിയാത്തവർക്കും നമ്മുടെ കർത്താവായ യേശുവിന്റെ ദൈവമക്കളെ പീഡിപ്പിക്കു ന്നവർക്കു പീഡയും പീഡ അനുഭവിക്കുന്നവർക്കു ആശ്വാസവും പകരം നൽകുന്നു". 2 തെസ്സ.1:7,8.

"*മറ്റൊരുത്തനിലും രക്ഷ ഇല്ല, നാം രക്ഷിക്കപ്പെടുവാൻ ആകാശത്തിൻ കീഴിൽ മനുഷ്യരുടെ ഇട യിൽ നൽകപ്പെട്ട വേറൊരു നാമവും ഇല്ല" (അപ്പൊ. 4:12.) എന്നു പറയുമ്പോൾ തന്നെ മറുവശത്ത് ശിക്ഷയും കാണാൻ സാധിക്കും. ബൈബിളിലെ ചില സംഭവങ്ങളിലൂടെ അത് കുറച്ചുകൂടെ വ്യക്ത മാക്കാം.*

- ഉൽപത്തി 19-ാം അദ്ധ്യായത്തിൽ രണ്ടു ദൂതന്മാർ സോദോമിൽ എത്തിയത് നീതിമാ നായ ലോത്തിനും കുടുംബത്തിനും രക്ഷയ്ക്കു കാരണമായപ്പോൾ, മറ്റുള്ളവർക്കു അത് ശിക്ഷയ്ക്കു (ന്യായവിധിക്ക്) കാരണമായി.

- ഉൽപത്തി പുസ്തകം 6, 7, 8 അദ്ധ്യായങ്ങളിൽ നോഹയുടെ കാലത്തെ ജലപ്രളയവും നോഹയുടെ പെട്ടകവും യഹോവയുടെ കൃപ ലഭിച്ച **നോഹയ്ക്കും** (ഉൽപ. 6:8) **കുടുംബത്തിനും രക്ഷയ്ക്കു കാരണമായപ്പോൾ മറ്റുള്ളവരുടെ നാശത്തിനു കാരണമായി.**

- സംഖ്യാപുസ്തകം 21-ാം അദ്ധ്യായത്തിൽ യഹോവ ജനത്തിന്റെ ഇടയിൽ അഗ്നി സർപ്പങ്ങളെ അയച്ചപ്പോൾ സർപ്പങ്ങളാൽ കടിയേറ്റ **മോശെ നാട്ടിയ താമ്രസർപ്പത്തെ നോക്കിയവർക്ക് രക്ഷയായപ്പോൾ നോക്കാത്തവർക്ക് അത് ശിക്ഷയായി.** (മരണത്തി **ന് കാരണമായി.)**

ദൈവം സ്നേഹമാണ് (1 യോഹ. 4:8, 4:16) അപ്പോൾ തന്നെ ദഹിപ്പിക്കുന്ന അഗ്നിയും (എബ്രാ.12:29, ആവര്‍. 4:24, ആവര്‍. 9:3) **നീതിയുള്ള ന്യായാധിപതിയുമാണ്** (സങ്കീ. 96:13),സത്യവേദപുസ്തകം ആദിയോടന്തം പഠിച്ചാൽ ദൈവത്തിന്റെ ഈ രണ്ടു സ്വഭാവങ്ങളും നമുക്കു കാണാൻ സാധിക്കും.

ഇനി ലോകത്തിൽ എത്രയും വേഗം സംഭവിക്കാൻ പോകുന്ന ഏറ്റവും പ്രധാനപ്പെട്ട സംഭവം കർത്താവായ യേശു ക്രിസ്തുവിന്റെ വീണ്ടും വരവാണ്. **യേശുക്രിസ്തുവിന്റെ രണ്ടാം വരവ് വിശുദ്ധയായ മണവാട്ടി സഭയ്ക്ക് രക്ഷയാകുമ്പോൾ യേശുവിൽ വിശ്വസിക്കാത്തവർക്കും മാനസാന്തരപ്പെടാത്തവർക്കും അത് ന്യായവിധിയുമാണെന്ന്** ബൈബിളിൽ വളരെ വ്യക്തമായി രേഖപ്പെടുത്തിയിരിക്കുന്നു.

❖ "വിശ്വസിക്കയും സ്നാനമേൽക്കയും ചെയ്യുന്നവൻ **രക്ഷിക്കപ്പെടും**. വിശ്വസിക്കാത്തവൻ **ശിക്ഷാവിധിയിൽ അകപ്പെടും.**" മർ. 16:16

❖ "പുത്രനിൽ വിശ്വസിക്കുന്നവന് **നിത്യജീവനുണ്ട്**. പുത്രനെ അനുസരിക്കാത്തവനോ ജീവനെ കാണുകയില്ല, ദൈവക്രോധം അവന്റെ മേൽ വസിക്കുന്നതേയുള്ളൂ." 1യോഹ.3:36

❖ "അവനിൽ വിശ്വസിക്കുന്നവന് ന്യായവിധിയില്ല, വിശ്വസിക്കാത്തവനു ദൈവത്തിന്റെ ഏകജാതനായ പുത്രന്റെ നാമത്തിൽ **വിശ്വസിക്കാകയാൽ ന്യായവിധി വന്നു കഴിഞ്ഞു**". 1യോഹ. 3:18

❖ "ജീവന്റെ പുസ്തകത്തിൽ പേരെഴുതിക്കാണാത്ത ഏവനെയും **തീപ്പൊയ്കയിൽ തള്ളിയിടും**" വെളി. 20:15

❖ "കർത്താവായ യേശുക്രിസ്തു പാപികളെ രക്ഷിപ്പാൻ ലോകത്തിൽ വന്നു എന്നുള്ളത് വിശ്വാസ്യവും എല്ലാവരും അംഗീകരിപ്പാൻ യോഗ്യവുമായ വചനമാണ്. (1 തിമ. 1:15, 1തിമ.4:9) അത് **വിശ്വസിക്കുന്നവർക്കു രക്ഷയും വിശ്വസിക്കാത്തവർക്കു ശിക്ഷയുമാണ്** (ന്യായവി ധിയുമാണ്). മാത്രമല്ല, ആദ്യവിശ്വാസം തള്ളിക്കളയുന്നവർക്കു ശിക്ഷാവിധിയുണ്ട്. (1തിമ.5:12). ഇതാണ് യഥാർത്ഥ സുവിശേഷം.

ഇതിനു വിപരീതമായി കേൾക്കാനിമ്പമുള്ളതും മനുഷ്യരെ ഇക്കിളിപ്പെടുത്തുന്നതുമായ പ്രസംഗ ങ്ങളെല്ലാം തന്നെ വേറൊരു സുവിശേഷവും വേറൊരു യേശുവുമാണ്. അത് ദൈവം വെറുക്കുന്ന പാപമാണ്. ആകയാൽ അതിൽ നിന്നും ഒഴിഞ്ഞിരിക്കാൻ പരിശുദ്ധാത്മാവ് ബുദ്ധി ഉപദേശിക്കുന്നു.

- "ഭക്തി വിരുദ്ധമായ കിഴവിക്കഥകളെ ഒഴിവാക്കി ദൈവഭക്തിക്കു തക്കവണ്ണം അഭ്യാസം ചെയ്ക". 1 തിമ. 4:7

- "ഭക്തി വിരുദ്ധമായ വൃഥാലാപങ്ങളെ ഒഴിഞ്ഞിരിക്ക, ആ വകക്കാർക്കു അഭക്തി അധികം മുതിർന്നു വരും." 2 തിമ. 2:16

- "ഭക്തി വിരുദ്ധമായ വൃഥാലാപങ്ങളെയും തർക്കസൂത്രങ്ങളെയും ഒഴിഞ്ഞു നിൽക്ക." 1തിമ.6:20

ഇപ്രകാരം കർണ്ണ രസമാകുമാറ് പ്രസംഗിക്കുന്നവരെ അന്ത്യകാല ഉണർവ്വിനായി ദൈവം ഉപയോഗിക്കുകയില്ല. ആകയാൽ **"സത്യവചനത്തെ യഥാർത്ഥമായി പ്രസംഗിച്ചുകൊണ്ട്**

ലജ്ജിപ്പാൻ സംഗതി ഇല്ലാത്ത വേലക്കാരനായി ദൈവത്തിന് കൊള്ളാകുന്നവനായി നില്പാൻ ശ്രമിക്ക". (2 തിമൊ. 2:15)എന്നാണ് ദൈവം തരുന്ന മുന്നറിയിപ്പ്. അല്ലായെങ്കിൽ നാം ഓടിയതും അദ്ധ്വാനിച്ചതും വെറുതെയായിത്തീരും.(ഫിലി.2:16) അങ്ങനെയുള്ള ശുശ്രൂഷകരെ നോക്കി ഞാൻ നിങ്ങളെ അറിയുന്നില്ല എന്നു ദൈവവും പറയും.(മത്താ. 25:12.) എന്നാൽ ദൈവത്തെ സ്നേഹി ക്കുന്നവരെ ദൈവം അറിഞ്ഞിരിക്കുന്നു. (1 കൊരി. 8:3.)

പ്രിയരെ, ഈ വചനങ്ങളെല്ലാം നമ്മെ പഠിപ്പിക്കുന്നത് നാം ദൈവ സ്നേഹത്തെക്കുറിച്ചും ദൈവകൃപയെക്കുറിച്ചും പ്രസംഗിക്കുമ്പോൾ തന്നെ ദൈവത്തിന്റെ ന്യായവിധിയെയും കൂടെ പ്രസംഗിക്കണം എന്നാണ്. അല്ലായെങ്കിൽ നാം പ്രസംഗിക്കുന്നത് യഥാർത്ഥ സുവിശേഷമല്ല. യേശുവും അപ്പൊസ്തലന്മാരും പ്രസംഗിക്കാത്ത വേറൊരു സുവിശേഷത്തെയും വേറൊരു യേശുവിനെയുമാണ്. (2 കൊരി. 11:4, ഗലാ. 1:6). വേറൊരു സുവിശേഷത്തെയും അപ്രകാരമുള്ള സുവിശേഷകരെയും ദൈവം വെറുക്കുന്നു.അവരിൽ ദൈവം പ്രസാദിക്കുന്നില്ല.

ഇന്ന് അന്ത്യകാല സഭയിൽ നടക്കുന്ന ബഹുഭൂരിപക്ഷം പ്രസംഗങ്ങളും പ്രവചന ങ്ങളും ആരാധനകളും എല്ലാം തന്നെ മനുഷ്യരെ സന്തോഷിപ്പിക്കുന്നതും ഉത്തേജിപ്പിക്കുന്നതും പ്രോത്സാഹിപ്പിക്കുന്നതുമാണ്.അപ്രകാരം മനുഷ്യരെ പ്രസാദിപ്പിക്കുന്നവർക്കു ദൈവത്തെ പ്രസാ ദിപ്പിക്കാൻ കഴിയുന്നതല്ല. (ഗലാ. 1:10). അങ്ങനെയുള്ളവർ ആത്മാക്കളെ വഞ്ചിക്കുകയാണ്. അവർ സ്വർഗ്ഗത്തിൽ പ്രവേശിക്കുകയില്ല. മാത്രമല്ല, ആത്മാക്കൾക്കും കണക്കുകൊടുക്കേണ്ടി വരും.ആകയാൽ ഈ ബുക്കു വായിക്കുന്ന സഹോദരങ്ങളെ, കേൾക്കാനിമ്പമുള്ളതും നമ്മെ സന്തോഷിപ്പിക്കുന്നതും ഉത്സാഹിപ്പിക്കുന്നതുമായ സുവിശേഷത്തിന്റെ പുറകെ നാം പോകരുത്. യഥാർത്ഥ സുവിശേഷം കേൾക്കുക, പ്രസംഗിക്കുക; നമ്മുടെ ഏക ലക്ഷ്യം ദൈവത്തെ പ്രസാദി പ്പിക്കുക എന്നതായിരിക്കട്ടെ. ജനത്തിന് ഇഷ്ടപ്പെട്ടാലും ഇല്ലെങ്കിലും ദൈവ വചനം കൂട്ടുകയോ കുറയ്ക്കുകയോ ചെയ്യാതെ(ആവ.13:1) വചനം ഉള്ളതുപോലെ പറയുന്നവരിലും, പഠിപ്പിക്കുന്ന വരിലും പ്രസംഗിക്കുന്നവരിലും ദൈവം പ്രസാദിക്കുന്നു. അവരെ അന്ത്യകാല ഉണർവ്വിന് ദൈവം ഉപയോഗിക്കും. ആകയാൽ നമുക്ക് യേശുക്രിസ്തുവിനെ പ്രസംഗിക്കാം (റോമ. 16:25). ദൈവത്തെ പ്രസാദിപ്പിക്കാം

6) ക്രൂശു പ്രസംഗിക്കാത്തവർ :- അന്ത്യകാല സഭയിലെ പലരും ഈ ലോകത്തിൽ കഷ്ടത (ക്രൂശ്) ഇല്ല എന്ന് പറഞ്ഞു നന്മകളും അനുഗ്രഹങ്ങളും വിടുതലുകളും മാത്രം പ്രസംഗിക്കു മ്പോൾ, നാം ലോകത്തിൽ ആയിരിക്കുന്നിടത്തോളം കഷ്ടതകളും പ്രയാസങ്ങളും പ്രതികൂല കാറ്റു കളും ക്രൂശുകളും ഉണ്ടെന്ന് ദൈവം പറയുന്നു. എന്നാൽ ഈ അന്ത്യകാല സഭയിൽ പലരും പ്രസം ഗിക്കുന്നത് ദൈവമക്കൾക്ക് കഷ്ടത ഇല്ലായെന്നാണ്. നാം മനുഷ്യർ പറയുന്നത് വിശ്വസിക്കുമോ ദൈവം പറയുന്നത് വിശ്വസിക്കുമോ?

- "ലോകത്തിൽ നിങ്ങൾക്കു കഷ്ടം ഉണ്ടു, എങ്കിലും ധൈര്യപ്പെടുവിൻ, ഞാൻ ലോകത്തെ ജയിച്ചിരിക്കുന്നു എന്നു യേശു പറഞ്ഞു". യോഹ. 16:33.

- "ക്രിസ്തുവിൽ വിശ്വസിക്കുവാൻ മാത്രമല്ല, അവനുവേണ്ടി കഷ്ടം അനുഭവിക്കുവാനും കൂടെ നിങ്ങൾക്കു വരം നൽകിയിരിക്കുന്നു". ഫിലി. 2:29.

- "നാം അവനോടു കൂടെ മരിച്ചു എങ്കിൽ കൂടെ ജീവിക്കും. സഹിക്കുന്നു എങ്കിൽ കൂടെ വാഴും". 2 തിമൊ. 2:11.

- "എന്നാൽ അല്പകാലത്തേക്കു കഷ്ടം സഹിക്കുന്ന നിങ്ങളെ ക്രിസ്തുവിൽ തന്റെ നിത്യ തേജസ്സിനായി വിളിച്ചിരിക്കുന്ന സർവ്വ കൃപാലുവായ ദൈവം തന്നേ യഥാസ്ഥാനപ്പെടുത്തി ഉറപ്പിച്ചു ശക്തീകരിക്കും". 1 പത്രൊ. 5:10.

പ്രിയരെ, നമ്മുടെ നിത്യതയുമായി താരതമ്യപ്പെടുത്തുമ്പോൾ ഈ ലോകത്തിലെ ജീവിതം അല്പകാലമാണ്. അതുകൊണ്ടുതന്നെ കഷ്ടതയും അല്പകാലത്തേക്കേയുള്ളൂ.

ബൈബിളിലെ അവസാന പുസ്തകമായ വെളിപ്പാട് പുസ്തകത്തിൽ രേഖപ്പെടുത്തിയിരി ക്കുന്ന പ്രതിഫലങ്ങൾ എല്ലാം തന്നെ ജയിക്കുന്നവർക്കുള്ളതാണ്. അതായത് നമ്മുടെ ജീവിത ത്തിൽ കടന്നുവരുന്ന എല്ലാ പരീക്ഷകളും കഷ്ടതകളും ജയി ക്കുന്നവർക്കേ പ്രതിഫലം ഉള്ളൂ. അതിനുള്ള കൃപ കർത്താവായ യേശുക്രിസ്തു തരും. ഈ അന്ത്യകാലത്ത് നമുക്ക് ഏറ്റവും അത്യന്താപേക്ഷിതമായിരിക്കുന്നു. അതിനായി പ്രാർത്ഥിക്കാം. ക്രൂശു പ്രസംഗിക്കാത്തവർ ജനത്തെ വഞ്ചിക്കുകയാണ്.ദൈവമക്കളുടെ കഷ്ടതകളാകുന്ന ക്രൂശ് മാത്രമല്ല യേശുവിന്റെ അക്ഷ

രീകമായ ക്രൂശും പ്രസംഗിക്കണം. കാരണം, ക്രൂശാണ് ജനത്തെ മാനസാന്തരത്തിലേക്ക് നയിക്കുന്നത്.

7) **കപടഭക്തി: യഥാർത്ഥമായ ഭക്തിയില്ലാതെ ഭക്തി ഉണ്ടെന്നു കപടമായി ഭാവിക്കുന്നതാണ് കപടഭക്തി..** അതായത് പുറമെ നീതിമാന്മാർ എന്ന് മനുഷ്യർക്കു തോന്നുകയും അപ്പോൾ തന്നെ അവരുടെ അകമെ കപട ഭക്തിയും അധർമ്മവും നിറഞ്ഞിരിക്കുന്നവരാണ് കപടഭ ക്തർ മത്താ. 23:28. ഇത് ദൈവം വെറുക്കുന്ന പാപമാണ്. നാം ഭയ ഭക്തിയുള്ളവർ ആയിരി ക്കണമെന്നു ദൈവം നമ്മെക്കുറിച്ച് ആഗ്രഹിക്കുന്നു.

- "നീ എല്ലായ്പ്പോഴും യഹോവ ഭക്തിയോടിരിക്കുക". സദൃ. 23:17
- "നിങ്ങൾ എന്റെ ശബ്ബത്തുക്കൾ പ്രമാണിക്കുകയും എന്റെ വിശുദ്ധമന്ദിരത്തോടു ഭയ ഭക്തിയുള്ളവരായിരിക്കുകയും വേണം." ലേവ്യ. 19:30. തിരുവചനത്തിലെ കപടഭക്തർ ആരൊക്കെയാണെന്ന് നോക്കാം.....

തിരുവചനത്തിലെ കപടഭക്തർ

1. അധരം കൊണ്ടു ദൈവത്തെ ബഹുമാനിക്കുകയും ഹൃദയം ദൈവത്തിൽ നിന്നും അകന്നിരിക്കുകയും ചെയ്യുന്നവർ. മത്താ. 15:8
2. ദൈവ വചനം കേട്ടിട്ട് അനുസരിക്കാത്തവർ. യെഹ. 33:31
3. വായ്കൊണ്ടു വളരെ സ്നേഹം കാണിക്കുകയും ഹൃദയം ദുരാഗ്രഹത്തെ പിന്തുടരു കയും ചെയ്യുന്നവർ. യെഹ. 33:31
4. മനുഷ്യരുടെ മാനത്തിനായി ഭിക്ഷ കൊടുക്കുന്നവർ. മത്താ. 6:2
5. മനുഷ്യർക്കു വിളങ്ങേണ്ടതിനു പ്രാർത്ഥിക്കുന്നവർ. മത്താ. 6:5
6. മനുഷ്യർക്കു വിളങ്ങേണ്ടതിനു ഉപവസിക്കുന്നവർ. മത്താ. 6:16
7. സ്വന്തം പാപം മറച്ചുവച്ചിട്ട് മറ്റുള്ളവരുടെ കുറ്റം പറയുന്നവർ. ലൂക്കൊ. 6:42, മത്താ. 7:5.

കപടഭക്തിക്കാരെന്ന് യേശു വിളിച്ചത് പരീശന്മാരെയും ശാസ്ത്രിമാരെയുമാണെന്ന് തിരുവചനത്തിൽ രേഖപ്പെടുത്തിയിരിക്കുന്നു.അവരെ അപ്രകാരം വിളിക്കാനുള്ള കാരണങ്ങൾ മത്തായി 23ന്റെ 23 മുതൽ 29 വരെയുള്ള വാക്യങ്ങളിൽ ചൂണ്ടിക്കാണിക്കുന്നു..........

- അവർ അതിപ്രധാന കാര്യങ്ങൾ ഉപേക്ഷിച്ച് ചെറിയ കാര്യങ്ങൾക്ക് പ്രാധാന്യം കൊടു ക്കുന്നു.
- അകമെയുള്ള കാര്യങ്ങളെക്കാൾ പുറമെയുള്ള കാര്യങ്ങൾക്ക് പ്രാധാന്യം കൊടുക്കുന്നു.
- മനുഷ്യർ കാണേണ്ടതിന് പലതും ചെയ്യുന്നു.... തുടങ്ങി അനേക കാര്യങ്ങൾ അവിടെ ആലേഖനം ചെയ്തിരിക്കുന്നു.

കപടഭക്തി വെളിപ്പെടുത്തുന്ന രണ്ടു സംഭവങ്ങൾ കൂടി എഴുതി അവസാനിപ്പിക്കട്ടെ.

i. **അത്തിപ്പഴത്തിന്റെ കാലമല്ലാത്ത സമയത്ത് യേശു ഇലയുള്ള ഒരു അത്തിയുടെ അടുക്കൽ പോയി ഫലം തിരഞ്ഞു.** ഫലം ഇല്ലായ്കയാൽ ആ അത്തിയെ ശപിച്ചു. അത്തിപ്പഴത്തിന്റെ കാലമല്ല ങ്കിലും ഇലകളുള്ള അത്തിയിൽ തീർച്ചയായും കുറച്ച് തലപ്പഴം (തലക്കനി) ഉണ്ടാകും എന്നാണ് അത്തിയെ കുറിച്ച് അറിയാവുന്നവർ പറയുന്നത്. തിരുവചനവും അത് വെളിപ്പെടുത്തുന്നു. അത്തിപ്പഴത്തിന്റെ കാലത്ത് അത് കായ്ക്കും എന്നതിന്റെ മുന്നറിയിപ്പും കൂടിയാണ് തലപ്പഴം .

"അത്തിവൃക്ഷത്തിൽ ആദ്യം ഉണ്ടായ **തലക്കനിപോലെ** ഞാൻ നിങ്ങളുടെ പിതാക്കന്മാരെ കണ്ടു". ഹോശെ. 9:10

"ഒരു കൊട്ടയിൽ **തലപ്പഴം** പോലെ എത്രയും നല്ല അത്തിപ്പഴവും" യിര. 24:2

"ഞാൻ കൊതിക്കുന്ന അത്തിയുടെ **തലപ്പഴവുമില്ല.** മീഖ. 7:7

അത്തിയെക്കുറിച്ച് നന്നായറിയാവുന്ന യഹൂദനായ യേശുവിനെ ആകർഷിച്ചത് അതിന്റെ ഇലകളാണ്. ഇലകളില്ലായിരുന്നുവെങ്കിൽ യേശു ഫലം അന്വേഷിച്ച് പോകുകയില്ലായിരുന്നു. ഇവി ടുത്തെ ഇലകൾ പ്രതിനിദാനം ചെയ്യുന്നത് കപടഭക്തിയെയാണ്. യേശുവിനെ പോലും ഈ കപട ഭക്തി ആകർഷിച്ചു ,വഞ്ചിച്ചു. അതായത് ദൂരെ നിന്നു നോക്കുമ്പോൾ ഫലം ഉണ്ടെന്നു തോന്നും.

അടുത്തു വരുമ്പോഴേ അതിൽ ഫലം ഇല്ലായെന്നു മനസ്സിലാകുകയുള്ളൂ. മത്തായി. 21:18, 19, മർ. 11:13, 14 എന്നീ വാക്യങ്ങളിൽ ഇത് രേഖപ്പെടുത്തിയിരിക്കുന്നു. **ഇന്നത്തെ പല ശുശ്രൂഷകരുടെയും അവസ്ഥ ഇപ്രകാരമാണ്. ശുശ്രൂഷകൾ ആത്മാക്കളെ ആകർഷിക്കും. അവരിൽ ആത്മാവിന്റെ ഫലം ഇല്ലായെന്ന് അടുത്തു വരുമ്പോഴേ മനസ്സിലാകുകയു ള്ളൂ. ഇപ്രകാരമുള്ള ശുശ്രൂഷകളെ അത്തിയുടെ ഇലകളോട് ഉപമിക്കാം.**

ii. മത്തായി എഴുതിയ സുവിശേഷം 21-ാം അദ്ധ്യായത്തിന്റെ 28 മുതലുള്ള വാക്യങ്ങൾ വായിക്കു മ്പോൾ അവിടെ **രണ്ടു പുത്രന്മാരുള്ള ഒരു അപ്പനെ കുറിച്ച് രേഖപ്പെടുത്തിയിരിക്കുന്നു.** അപ്പൻ ഒന്നാമത്തവന്റെ അടുക്കൽ ചെന്നു "മകനേ ഇന്നു എന്റെ മുന്തിരിത്തോട്ടത്തിൽ പോയി വേല ചെയ്ക" എന്നു പറഞ്ഞപ്പോൾ തനിക്കു മനസ്സില്ല എന്നു അവൻ പറഞ്ഞെങ്കിലും പിന്നത്തേതിൽ അനുതപിച്ചിട്ട് പോയി. എന്നാൽ രണ്ടാമത്തവന്റെ അടുക്കൽ ചെന്നു പറഞ്ഞപ്പോൾ ഞാൻ പോകാം അപ്പാ, എന്നു മറുപടി പറഞ്ഞെങ്കിലും അവൻ പോയില്ല. (മത്താ. 21:28-31) ഇവിടെ പറ ഞ്ഞിരിക്കുന്ന രണ്ടാമത്തവനെ കപടഭക്തിയോട് താമതമ്യം ചെയ്യാൻ സാധിക്കും. കാരണം അപ്പൻ പറഞ്ഞയുടനെ തന്നെ അവൻ ഭക്തി നടിച്ച് സമ്മതിച്ചു. അപ്പന്റെ മുന്നിലും മറ്റുള്ളവരുടെ മുന്നി ലും നല്ലവനായി തീർന്നു. പക്ഷേ പോയില്ല അഥവാ അനുസരിച്ചില്ല. അതാണ് കപടഭക്തി.

തിരുവചനം പഠിക്കുമ്പോൾ **ദൈവം വെറുക്കുന്ന മറ്റനേക കാര്യങ്ങൾ** സദൃശ്യവാക്യങ്ങൾ 6 ന്റെ 16 മുതൽ 19 വരെയുള്ള വാക്യങ്ങളിൽ കാണാൻ സാധിക്കും. അവയിൽ പ്രധാനപ്പെട്ടവ ചുവടെ ചേർക്കുന്നു.

1. ഗർവ്വമുള്ള കണ്ണുകൾ.

2. വ്യാജമുള്ള നാവ്.

3. കുറ്റമില്ലാത്ത രക്തം ചൊരിയുന്ന കൈകൾ.

4. ദുരുപായം നിരൂപിക്കുന്ന ഹൃദയം.

5. ദോഷത്തിന്നു ബദ്ധപ്പെട്ടു ഓടുന്ന കാലുകൾ.

6. സഹോദരന്മാരുടെ ഇടയിൽ വഴക്കുണ്ടാക്കുന്നവർ.

ദൈവം അഹങ്കാരത്തെ (നിഗളത്തെ) വെറുക്കുന്നു എന്നതിന്റെ ഒരു ത്തമ തെളിവാണ് ലൂസിഫറിന്റെ വീഴ്ച (യെശ. 14:12-15, യെഹ. 28:11-17) **ജഡത്തിന്റെ പ്രവൃത്തികളായ** ദുർന്നടപ്പ്, അശുദ്ധി, ദുഷ്ക്കാമം, വിഗ്രഹാരാധന, ആഭിചാരം, പക, പിണക്കം, ജാരശങ്ക, ക്രോധം, ശാഠ്യം, ദ്വന്ദ്വപക്ഷം, ഭിന്നത, അസൂയ, മദ്യപാനം വെറിക്കൂത്ത് തുടങ്ങിയവയെയും ദൈവം വെറുക്കുന്നു. (ഗലാ. 5:19-21). അന്യായം ചെയ്യു ന്നവർ, ദുർന്നടപ്പുകാർ, വിഗ്രഹാരാധികൾ, വ്യഭിചാരികൾ, സ്വയഭോഗികൾ പുരുഷകാമി കൾ, കള്ളന്മാർ, അത്യാഗ്രഹികൾ, മദ്യപന്മാർ, വാവിഷ്ഠാണക്കാർ, പിടിച്ചുപറിക്കാർ എന്നിവരെയും ദൈവം വെറുക്കുന്നു. (1 കൊരി. 6:9-10) ആകയാൽ നാം തീയതിനെ വെറുത്ത് തല്ലതിനോട് പറ്റിക്കൊള്ളണം. (റോമ. 12:9) എന്നു ഭോഷ്ക്കില്ലാത്ത ദൈവം (തീത്തൊ. 1:2) ആഗ്രഹിക്കുന്നു.

ദൈവം വെറുക്കുന്ന തിന്മകളെയും ദോഷങ്ങളെയും വെറുക്കുകയും അവ ചെയ്യാതിരിക്കുകയും ചെയ്യുന്നവർക്കേ ദൈവത്തെ പ്രസാദിപ്പിക്കാൻ സാധിക്കുകയുള്ളൂ. അവരെയാണ് അന്ത്യകാല ഉണർവ്വിനായി ദൈവം ഉപയോഗിക്കാൻ ആഗ്രഹിക്കുന്നത്. അപ്രകാരം ഉള്ളവരെ തെരഞ്ഞെടുക്കാനായി ദൈവത്തിന്റെ അഗ്നിജ്വാലയ്ക്കൊത്ത കണ്ണു കൾ ഭൂമിയിലെല്ലാം ഊടാടിക്കൊണ്ടിരിക്കുന്നു. (2 ദിന. 16:9).

"ഒരിക്കൽ മരണവും പിന്നെ ന്യായവിധിയും ദൈവം മനുഷ്യർക്കു നിയമിച്ചിരിക്കുന്നു" എബ്രാ.9:27

ആകയാൽ , "യഹോവയെ സ്നേഹിക്കുന്നവരേ, ദോഷത്തെ വെറുക്കുവിൻ." സങ്കീ. 97:10. "തത്വജ്ഞാനവും വെറും വഞ്ചനയും കൊണ്ട് ആരും നിങ്ങളെ കവർന്നു കളയാതിരിക്കുവാൻ സൂക്ഷിക്കുവിൻ". കൊലൊ. 2:8

അദ്ധ്യായം 12

പരീക്ഷകളും പരിശീലനങ്ങളും

അനേക പരീക്ഷകളിലൂടെയും (Tests) പരിശീലനങ്ങളിലൂടെയും (Training) കടത്തിവിട്ട് ജയിക്കുന്നവരുടെ കരങ്ങളിലാണ് ദൈവം ഉത്തരവാദിത്തങ്ങളാകുന്ന താക്കോലുകൾ ഏൽപിക്കുന്നതും ഉണർവ്വിനായി ഉപയോഗിക്കുന്നതെന്നും തിരുവചനം വ്യക്തമാക്കുന്നു.

ഈ 21–ാം നൂറ്റാണ്ടിലും **അന്ത്യകാല ഉണർവ്വിന് ദൈവത്തിനാവശ്യം പരീക്ഷ ജയി ച്ചവരെയും പരിശീലനം ലഭിച്ചവരെയും അനുഭവസ്ഥരെയുമാണ്**.ദൈവം നമ്മെ പലതും പഠിപ്പിക്കു ന്നതും, പരിശീലിപ്പിക്കുന്നതും, അനുഭവസ്ഥരാക്കുന്നതും തിരസ്ക്കരണത്തിലൂടെയും ഒറ്റപ്പെടലുക ളിലൂടെയും ഏകാന്തതകളിലൂടെയും കടത്തിവിട്ടാണ്.

ഞാൻ എന്റെ സഭയെ പണിയും എന്നു പറഞ്ഞ കർത്താവായ യേശുക്രിസ്തു (മത്താ. 16:18) സഭയാകുന്ന നമ്മെ ഓരോരുത്തരെയും പണിതുകൊണ്ടിരിക്കുന്നു.(1 കൊരി. 3:16, 6:19, 2 കൊരി. 6:16) പലപ്പോഴും ദൈവം പണിയുന്നത് ഒറ്റയ്ക്കിരുത്തിയും ഇരുട്ടിലിരുത്തിയുമാണ്. പണി യുന്നതും നമ്മുടെ ഇഷ്ടപ്രകാരമല്ല, ദൈവഹിതപ്രകാരമാണ്. **പണിയാനുപയോഗിക്കുന്നത് പെയിന്റിംഗ് ബ്രഷോ മൈലാഞ്ചി ഇടുന്ന ബ്രഷോ അല്ല, കത്തി, ഉളി, വാൾ തുടങ്ങി മൂർച്ചയുള്ള ആയുധങ്ങൾ ഉപയോഗിച്ചാണ്.** അപ്പോൾ തീർച്ചയായും വേദനയുണ്ടാകും. .പണിയുമ്പോൾ വേദ നയുണ്ടാകുമെന്ന് മനസ്സിലാക്കികൊണ്ടുതന്നെ പണിയാനായി ദൈവകരങ്ങളിൽ പൂർണ്ണമായി സമർപ്പിക്കുന്നവരെ മാത്രമേ ദൈവം പണിയുകയുള്ളൂ. പണിയുന്നവരെ മാത്രമേ ഉപയോഗി ക്കുകയുള്ളൂ. തീരുമാനം നമ്മുടേതാണ്.

എന്നാൽ അന്ത്യകാല സഭയിലായിരിക്കുന്ന പലരുടെയും ആഗ്രഹം എനിക്കു മുറിവേൽക്ക രുത്, ആരും എന്നെ കുറ്റം പറയരുത്, എല്ലാവരും എന്നെ പുകഴ്ത്തണം, എല്ലാവരും സ്നേഹിക്കണം എന്നാണ്. അപ്രകാരമുള്ളവരുടെ കൈകളിലും സുഖവലയത്തിൽ (comfort zone ൽ) ജീവിക്കാൻ ആഗ്രഹിക്കുന്നവരുടെ കൈകളിലും ഉണർവ്വിന്റെ താക്കോലുകൾ ദൈവം ഏൽപ്പിക്കുകയില്ല. കാരണം, അതവർക്കു കൈകാര്യം ചെയ്യാൻ കഴിയുകയില്ല.

യേശു പറഞ്ഞു **"ഒരുത്തൻ എന്റെ പിന്നാലെ വരുവാൻ ഇച്ഛിച്ചാൽ തന്നെത്താൻ ത്യജിച്ച് തന്റെ ക്രൂശ് എടുത്ത് എന്നെ അനുഗമിക്കട്ടെ"**.മത്താ. 16:24

"ക്രൂശ്" കഷ്ടതയുടെയും മരണത്തിന്റെയും പ്രതീകമാണ്. ഓരോരുത്തർക്കും അവരവരുടേതായ ക്രൂശ് ഉണ്ട്. അത് ദൈവം ഓരോരുത്തർക്കും നിയോഗിച്ചിരിക്കുകയാണ്. അത് വല്ലപ്പോഴും ചുമന്നാൽ പോരാ, എന്നും ചുമക്കണം. എന്നാൽ ഒരുവന് ചുമക്കാൻ കഴിയാത്ത ക്രൂശ് ഒരിക്കലും ദൈവം തരികയില്ല (1 കൊരി. 10:13). മാത്രമല്ല, ക്രൂശ് തരുന്നതിനുമുമ്പ് അത് സഹിക്കാനുള്ള കൃപയും തരും.

ദൈവം നമ്മെ വിളിക്കുമ്പോൾ ആ വിളിയിൽ അടങ്ങിയിരിക്കുന്ന ചില ഉത്തരവാദിത്ത ങ്ങളുണ്ട്. ആ ഉത്തരവാദിത്തങ്ങൾ വിശ്വസ്തതയോടെ നിർവ്വഹിക്കുന്ന അൽപത്തിൽ **വിശ്വസ്ത ദാസരെയാണ്** അന്ത്യകാല ഉണർവ്വിന് ദൈവത്തിനാവശ്യം.വിളി എത്ര വലുതാണെങ്കിലും അന്ത്യ കാല ഉണർവ്വിനായി വിളിക്കപ്പെട്ട വ്യക്തിയാണെങ്കിലും ദൈവം ഏൽപിച്ച ചെറുതിൽ വിശ്വസ്തർ അല്ലായെങ്കിൽ എത്ര കരഞ്ഞാലും ഉപവസിച്ചാലും പ്രാർത്ഥിച്ചാലും ദൈവത്തിനു പ്രയോജനപ്പെടു ത്താൻ സാദ്ധ്യമല്ല.

വിശ്വസ്ത ദാസന്റെ സവിശേഷതകൾ?

1. യജമാനനെ അനുസരിക്കും.

2. വിനയവും താഴ്മയും.

3. ത്യാഗമനോഭാവം.

50

4. യജമാനനെ പ്രസാദിപ്പിക്കുകയെന്ന ഏകലക്ഷ്യം.

5. സ്നേഹത്താൽ പ്രചോദനം പ്രാപിക്കുന്നവർ.

6. ആവശ്യമുള്ളപ്പോഴെല്ലാം സേവനം അനുഷ്ഠിക്കാൻ തയ്യാറുള്ളവർ.

7. ജീവിതത്തിലെ കഷ്ടതകളെ വെല്ലുവിളികളായി ഏറ്റെടുക്കാൻ തയ്യാറുള്ളവർ. തുടങ്ങിയ സവിശേഷതകളുള്ള വിശ്വസ്ത ദാസന്മാരെയാണ് അന്ത്യകാല ഉണർവ്വിന് ദൈവം പ്രയോജനപ്പെടുത്തുന്നത്.

ഒരുവന്റെ ഉത്തരവാദിത്തങ്ങൾ(ചെയ്യാൻ കടപ്പെട്ട കാര്യങ്ങൾ/ നിയോഗിക്കപ്പെട്ട കാര്യങ്ങൾ) അതിന്റേതായ സമയത്ത് അതിന്റേതായ നിലയിൽ ചെയ്യേണ്ടുന്നതുപോലെ ചെയ്യേണ്ടുന്ന രീതിയിൽ ഏറ്റവും ഭംഗിയായി ചെയ്തു തീർക്കുന്നതാണ് 'വിശ്വസ്തത.'

ഇന്ന് അന്ത്യകാല സഭയിൽ അപ്പൊസ്തലന്മാരുണ്ട്. പ്രവാചകന്മാരുണ്ട്. സുവിശേഷകരുണ്ട്. ഇടയന്മാരുണ്ട്. ഉപദേശകരുണ്ട്. വിശ്വാസികളുണ്ട്. എന്നാൽ ദാസന്മാരില്ല. പ്രത്യേകിച്ച് വിശ്വസ്ത ദാസന്മാർ തുലോം ചുരുക്കം. സങ്കീ. 12:1 ൽ വിശ്വസ്തന്മാർ മനുഷ്യപുത്രന്മാരിൽ കുറഞ്ഞുകൊണ്ടിരിക്കുന്നു എന്ന ദൈവത്തിന്റെ ദീനരോദനം അതിനു തെളിവാണ്. നമ്മുടെ സർവ്വശക്തനാം ദൈവത്തിന്റെ മുഖമുദ്രയാണ് വിശ്വസ്തത. പിതാവാം ദൈവം ഏൽപിച്ച താക്കോൽ ഉപയോഗിച്ച് തന്നെ ഏൽപിച്ച പ്രവൃത്തി പൂർണ്ണമായി തികച്ചതിനുശേഷമാണ് കർത്താവായ യേശുക്രിസ്തു തന്റെ ആത്മാവിനെ പിതാവിന്റെ കരങ്ങളിൽ ഏൽപിച്ചത്.

വിളിക്കപ്പെട്ടവർ, തെരഞ്ഞെടുക്കപ്പെട്ടവർ, വിശ്വസ്തർ തുടങ്ങി മൂന്നു വിഭാഗം ആളുകൾ ദൈവസഭയിൽ ഉള്ളതായി സത്യവേദപുസ്തകം പഠിപ്പിക്കുന്നു.   "വിളിക്കപ്പെട്ടവർ അനേകർ, തെരഞ്ഞെടുക്കപ്പെട്ടവരോ, ചുരുക്കം". മത്താ. 22:4. എന്നാൽ വിശ്വസ്തർ അതിലും ചുരുക്കം. (സങ്കീ. 12:1)

"താൻ കർത്താധികർത്താവും രാജാധിരാജാവും ആകുകകൊണ്ട് കുഞ്ഞാട് തന്നോടുകൂടെയുള്ള വിളിക്കപ്പെട്ടവരും തിരഞ്ഞെടുക്കപ്പെട്ടവരും വിശ്വസ്തരുമായി അവരെ ജയിക്കും". വെളി. 17:14.

ഇന്ന് അന്ത്യകാല സഭയിലായിരിക്കുന്ന പലർക്കും അഭിഷേകവും ശുശ്രൂഷയും വേണം. കഷ്ടത വേണ്ട. വില കൊടുക്കാനും തയ്യാറല്ല.

മനുഷ്യരെ പ്രസാദിപ്പിക്കുക, എന്നത് മാനുഷിക പ്രകൃതമാണ്. മനുഷ്യരെ പ്രസാദിപ്പിക്കുന്നവർക്കു ദൈവത്തെ പ്രസാദിപ്പിക്കാനും യേശുക്രിസ്തുവിന്റെ ദാസനാകാനും സാദ്ധ്യമല്ല. (ഗലാ. 1:10).   അവരെ അന്ത്യകാല ഉണർവ്വിന് ദൈവം ഉപയോഗിക്കുകയില്ല.   ആദ്യ നൂറ്റാണ്ടിലെ ഉണർവ്വിനായി ദൈവം ശക്തമായി ഉപയോഗിച്ചത് ഹൃദയങ്ങളെ ശോധന ചെയ്യുന്ന ദൈവത്തെ പ്രസാദിപ്പിച്ചുകൊണ്ട് (1 തെസ്സ. 2:4) ശരീരത്തിൽ വസിച്ചാലും ശരീരം വിട്ടാലും ഞങ്ങൾ അവനെ പ്രസാദിപ്പിക്കുന്നവർ ആകുവാൻ അഭിമാനിക്കുന്നു എന്നു തീരുമാനിച്ച് പ്രവർത്തിച്ച (2 കൊരി. 5:9) അപ്പൊസ്തലന്മാരെയാണ്.അതിൽ ഏറ്റവും അഗ്രഗണ്യനാണ് പൗലൊസ് അപ്പൊസ്തലൻ. അതിനു കാരണം.......

1. സുവിശേഷം നിമിത്തം പൗലൊസ് തനിക്കുണ്ടായിരുന്നതെല്ലാം ചപ്പും ചവറും എന്നെണ്ണി. ഫിലി. 3:11

2. പ്രാണനെ വിലയേറിയതായി എണ്ണാതെ തന്റെ ഓട്ടവും ദൈവകൃപയുടെ സുവിശേഷത്തിനു സാക്ഷ്യം പറയേണ്ടതിനു കർത്താവായ യേശു കൊടുത്ത ശുശ്രൂഷയും തികയ്ക്കേണം എന്ന സമർപ്പണവും തീരുമാനവും ഉണ്ടായിരുന്നു. അപ്പൊ. 20:24

3. മരണത്തിനോ ജീവനോ ദൂതന്മാർക്കോ വാഴ്ചകൾക്കോ അധികാരങ്ങൾക്കോ ഇപ്പോഴുള്ളതിന്നോ വരുവാനുള്ളതിന്നോ ഉയരത്തിന്നോ ആഴത്തിന്നോ മറ്റു യാതൊരു സൃഷ്ടിയ്ക്കോ നമ്മുടെ കർത്താവായ യേശുക്രിസ്തുവിലുള്ള ദൈവസ്നേഹത്തിൽ നിന്നു നമ്മെ വേർപിരിക്കുവാൻ കഴിയുകയില്ല എന്ന ഉറപ്പും പൗലൊസിനുണ്ടായിരുന്നു. റോമ. 8:38,39

മാത്രമല്ല, പൗലൊസ് അപ്പൊസ്തലൻ ഇതെല്ലാം സഹിച്ചത് തന്നിൽ വെളിപ്പെടാനുള്ള തേജസ്സ് വിചാരിച്ചും തനിക്കു കിട്ടാൻ പോകുന്ന അത്യന്തം അനവധിയായ തേജസ്സിന്റെ നിത്യ ഘനം വിചാരിച്ചുമാണെന്ന് തിരുവചനത്തിൽ രേഖപ്പെടുത്തിയിരിക്കുന്നു. (റോമ. 8:18, 2കൊരി.4:17) തന്റെ കഷ്ടങ്ങൾ ലഘുവാണെന്നും നിത്യതയുമായി താരതമ്യം ചെയ്യുമ്പോൾ നൊടിനേരത്തേക്കും അൽപകാലത്തേക്കുമുള്ളതാണെന്നുമുള്ള വെളിപ്പാടും (1 പത്രൊ. 5:10) പൗലൊസിനുണ്ടായിരുന്നു. നമുക്കും ഈ വെളിപ്പാട് അത്യാവശ്യം. ഈ വെളിപ്പാടുള്ളവർക്കു മാത്രമേ തന്നെത്താൻ ത്യജിച്ച് ദിനം തോറും തങ്ങളുടെ ക്രൂശെടുത്ത് (മത്താ. 16:24) മരണപര്യന്തം വിശ്വസ്തരായിരിക്കാൻ (വെളി. 2:10) സാധിക്കുകയുള്ളൂ.

പൗലൊസിനെപ്പോലെ നമുക്കും തീരുമാനിക്കാം. തീരുമാനിച്ചാൽ മറ്റാർക്കും ഇല്ലാത്ത കഷ്ടതകൾ, പ്രശ്നങ്ങൾ കൊടുങ്കാറ്റുകൾ തിരമാലകൾ എന്നിവ ഒന്നിനുപുറകെ ഒന്നായി കടന്നുവ രാം. അവിടെ നാം ഒറ്റക്കല്ല. ലോകത്തിൽ നിങ്ങൾക്കു കഷ്ടമുണ്ടെങ്കിലും ധൈര്യപ്പെടുവിൻ ഞാൻ ലോകത്തെ ജയിച്ചിരിക്കുന്നുവെന്നും (യോഹ. 16:33), ലോകാവസാനത്തോളം എല്ലാനാളും നിങ്ങളോടുകൂടെയുണ്ടെന്നും അരുളിച്ചെയ്ത കർത്താവായ യേശുക്രിസ്തു (മത്താ. 28: 20) നമ്മോ ടുകൂടെയുണ്ട്. അവിടുന്ന് നമ്മിലൂടെ പ്രവർത്തിക്കും. അന്ത്യകാല ഉണർവ്വിനായി വളരെ ശക്ത മായി ഉപയോഗിക്കും. കാന്തം ഇരുമ്പിനെ ആകർഷിക്കുന്നതുപോലെ ആത്മാക്കളെ ആകർഷിക്കാൻ അത് കാരണമായി തീരും. അതാണ് ഉണർവ്വ്. പ്രതികൂലങ്ങൾ കണ്ട് മാറ്റി വയ്ക്കാനുള്ളതല്ല ശുശ്രൂഷ. അങ്ങനെയുള്ളവർ ദൈവരാജ്യത്തിനും അന്ത്യകാല ഉണർവ്വിനും കൊള്ളാവുന്നവരല്ല.

എല്ലാ കാലഘട്ടത്തിലും ദൈവം ഉണർവ്വിനായി തിരഞ്ഞെടുക്കുന്നത് സാധാരണ വ്യക്തികളെയാണ്. അതിനുശേഷം തന്റെ അസാധാരണ കഴിവ് (കൃപ) അവരിൽ പകർന്ന് മനുഷ്യർ മൂക്കിന്റെ തുമ്പത്ത് വിരൽ വച്ച് അതിശയം കൂറുമാറ് ശക്തമായി ഉപയോഗി ക്കും. ഉദാഹരണമായി ഏലിയാവിന്റെ കാലത്ത് നമുക്കു സമ സ്വഭാവമുള്ള ഏലിയാവിനെ തെര ഞ്ഞെടുത്ത ദൈവം (യാക്കോ. 5:16,17) മോശെയുടെ തലമുറയിൽ വിക്കനായ മോശെയെ തെര ഞ്ഞെടുത്തു. ഇന്ത്യയുടെ ഉണർവ്വിനായി ദൈവം തെരഞ്ഞെടുത്ത് സാധാരണക്കാരിൽ സാധാര ണക്കാരിയായ വിധവയായ പണ്ഡിറ്റ് രമാഭായി എന്ന സ്ത്രീ രത്നത്തെയാണ്.

ആകയാൽ കഴിഞ്ഞ അദ്ധ്യായങ്ങളിൽ നാം പഠിച്ചതുപോലെ ദൈവസ്നേഹം വെളിപ്പെടുത്തിയും (അഗാപ്പെ) ഐക്യതയുണ്ടാക്കിയും ദൈവത്തെ പൂർണ്ണമായി അനുസരിച്ച് ക്രിസ്തുവിന്റെ മനസ്സുള്ളവരായി എപ്പോഴും ആത്മാവിൽ പ്രാർത്ഥിച്ച് ദൈവീക വെളിപ്പാടുകൾ പ്രാപിച്ച്, ദൈവീക വിശ്വാസവും വിശുദ്ധിയും വിശ്വസ്തതയും കാത്തുസൂക്ഷിച്ച് ക്രിസ്തുവിന്റെ സ്വഭാവം (ആത്മസ്വഭാവം) ഉള്ള ആത്മീയരായി ജീവിച്ച് ദൈവത്തെ പ്രസാദിപ്പിക്കാം. അപ്പോൾ തന്നെ ദൈവം വെറുക്കുന്നതായ മുഖസ്തുതി, മുഖപക്ഷം, ദ്രവ്യാഗ്രഹം, മാനുഷികമാനം, കപട ഭക്തി വിഗ്രഹാരാധന തുടങ്ങി **ബൈബിളിൽ രേഖപ്പെടുത്തിയിരിക്കുന്ന എല്ലാകാര്യങ്ങളും വെറു ത്തുകൊണ്ട് യേശുവും അപ്പൊസ്തലന്മാരും പ്രസംഗിച്ച ദാവീദിന്റെ സന്തതിയായി ജനിച്ച് മരിച്ചിട്ട് ഉയിർത്തെഴുന്നേറ്റിരിക്കുന്ന യേശുക്രിസ്തുവിനെ പ്രസംഗിക്കാം.** (2 തിമ. 2:8, അപ്പൊ. 8:5, 1കൊരി. 16:2) അത് വിശ്വസിക്കുകയും അനുസരിക്കുകയും ചെയ്യുന്നവർക്ക് രക്ഷയാണെന്നും (റോമ.1:16) വിശ്വസിക്കാത്തവർക്കു അത് ന്യായവിധിയ്ക്കു കാരണമാകുന്നുവെന്നും (റോമ. 1:18) പ്രസംഗിക്കാം. അങ്ങനെ പ്രസംഗിക്കുന്നവരിൽ ദൈവം പ്രസാദിക്കുകയും ഉത്തരവാദിത്ത ങ്ങളാകുന്ന അന്ത്യകാല ഉണർവ്വിന്റെ താക്കോലുകൾ ഏൽപിക്കുകയും അവരിലൂടെ ശക്തമായ ഉണർവ്വുകൾ സംഭവിക്കുകയും ചെയ്യും.

സഹോദരങ്ങളെ, വിശ്വസ്തന്മാർ കുറഞ്ഞിരിക്കുന്ന ഈ കാലഘട്ടത്തിലും ആരും അടയ്ക്കാതവണ്ണം തുറക്കുകയും ആരും തുറക്കാതവണ്ണം അടയ്ക്കുകയും ചെയ്യുന്ന ദാവീദ്

ഗൃഹത്തിന്റെ താക്കോലുള്ള (യെശ. 22:22) സഭയുടെ നാഥനായ കർത്താവായ യേശുക്രിസ്തുവിന്റെ അഗ്നിജ്വാലയ്ക്കൊത്ത കണ്ണുകൾ ദൈവത്തിന്റെ അത്യാഹിക സേനാവിഭാഗത്തിൽ പ്രവർത്തിക്കാൻ ന്യായം പ്രവർത്തിക്കയും വിശ്വസ്തത കാണിക്കയും ചെയ്യുന്ന ഒരുത്തനെ കാണുമോ എന്ന് (യിര. 5:1) **ഈ 2024 ലും** ഭൂമിയിലെ സഭയിലെല്ലാം ഊടാടിക്കൊണ്ടിരിക്കുന്നു. കാരണം, തലയായ ക്രിസ്തുവിന് തന്റെ ശരീരമാകുന്ന സഭയിലൂടെ (നമ്മിലൂടെ) മാത്രമേ ചലിക്കാനും പ്രവർത്തിക്കാനും സാധിക്കുകയുള്ളൂ.

കർത്താവിൽ പ്രിയരെ, ഇതു നോക്കിയിരിക്കാനുള്ള സമയമല്ല. പരിശുദ്ധാത്മാവ് എന്നും വാദിച്ചുകൊണ്ടിരിക്കയില്ല (ഉൽപ. 6:13) സഭയ്ക്കകത്തുള്ള ഞാനും നിങ്ങളും വിശ്വസ്തർ ആയില്ലായെങ്കിൽ ദൈവം നമ്മെ ഏൽപിച്ചിരിക്കുന്നത് ദൈവം തന്നെ നമ്മിൽ നിന്നും എടുത്തുകളയും (വെളി. 2:5) മാത്രമല്ല, സഭയ്ക്കു പുറത്തുള്ളവരെ സഭയ്ക്കകത്തുകൊണ്ടുവന്ന് ദൈവം തന്റെ പ്രവൃത്തി ചെയ്യും. നാം ആ കൊയ്ത്ത് കാണും അനുഭവിക്കയില്ല (2 രാജാ. 7:2). നാമും നമ്മുടെ പിതൃഭവനവും നശിച്ചു പോകും. ഇങ്ങനെയുള്ളൊരു കാലത്തിനായിട്ടല്ലയോ ദൈവം നമ്മെ തെരഞ്ഞെടുത്തത്? ആർക്കു അറിയാം? (എസ്ഥേർ. 4:14)

ക്രിസ്തീയ ജീവിതത്തിനുവേണ്ടുന്ന ഇന്ധനം ദൈവസ്നേഹവും ദൈവീക സ്വഭാവവൂമാണ് . കർത്താവിനോടുള്ള തീക്ഷ്ണമായ സ്നേഹം വറ്റിപ്പോകുമ്പോൾ ക്രിസ്തീയജീവിതവും ശുശ്രൂഷയും ഭാരമുള്ളതും ക്ലേശകരവുമായി തീരും. ആയതിനാൽ നാം എപ്പോഴും (തുടർമാനമായി) പരിശുദ്ധാത്മാവിനാൽ നിറഞ്ഞുകൊണ്ടിരിക്കണം. (എഫെ. 5:18). ആ **പരിശുദ്ധാത്മാവ് ചലിക്കുമ്പോൾ കൂടെ ചലിക്കാൻ തയ്യാറാകണം. അങ്ങനെയുള്ളവരെയാണ് അന്ത്യകാല ഉണർവ്വിന് ദൈവത്തിനാവശ്യം.** മനുഷ്യർ അത് അംഗീകരിക്കണമെന്നില്ല. എന്നാൽ ദൈവത്തെ മാനിക്കുന്നവരെയും, എനിക്കാവശ്യം മനുഷ്യരുടെ അംഗീകാരമല്ല ദൈവത്തിന്റെ അംഗീകാരമാണെന്ന് തീരുമാനിച്ചുറച്ച് ഒഴുക്കിനെതിരെ നീന്തുന്ന മത്സ്യത്തെപ്പോലെ പ്രതികൂലങ്ങളെ ഭേദിച്ച് മുന്നോട്ടു പോകാൻ തയ്യാറുള്ളവരെ ദൈവം മാനിക്കുകയും (1ശമൂ. 2:30) അന്ത്യകാല ഉണർവ്വിനായി പ്രയോജനപ്പെടുത്തുകയും ചെയ്യും. അപ്രകാരം നമുക്കു നമ്മെത്തന്നെ ദൈവകരങ്ങളിൽ സമർപ്പിക്കാം.

നമ്മെയാണ് അന്ത്യകാല ഉണർവ്വിന് ദൈവത്തിനാവശ്യം. നമ്മുടെ വിളിയെ മറ്റൊരാളിലേക്ക് മാറ്റാൻ സാധ്യമല്ല. ആകയാൽ, **"അടിയൻ ഇതാ അടിയനെ അയക്കേണമേ"** (യെശ. 6:8) എന്ന പ്രാർത്ഥനയോട ദൈവകരങ്ങളിൽ നമ്മെത്തന്നെ പൂർണ്ണമായി സമർപ്പിക്കാം. **"ദൈവകരങ്ങളിൽ പൂർണ്ണമായി സമർപ്പിക്കുന്ന വ്യക്തിയിലൂടെ ദൈവം എന്തെല്ലാം ചെയ്യുമെന്നു ലോകം കാണാനിരിക്കുന്നതേയുള്ളൂ"** എന്ന് ഒരു ദൈവദാസൻ പറഞ്ഞു. അത് നമ്മിലൂടെ ലോകം കാണട്ടെ.

ഈ അന്ത്യകാലത്ത് "കൊയ്ത്ത് വളരെ ഉണ്ട് സത്യം. വേലക്കാരോ ചുരുക്കം". ലൂക്കൊ. 10:2, മത്താ. 9:3

"ചൂളപോലെ കത്തുന്ന ഒരു ദിവസം വരും. അപ്പോൾ അഹങ്കാരികളൊക്കെയും സകല ദുഷ്പ്രവൃത്തിക്കാരും താളടിയാകും. വരുവാനുള്ള ആ ദിവസം വേരും കൊമ്പും ശേഷിപ്പിക്കാതെ അവരെ ദഹിപ്പിച്ചു കളയും എന്നു സൈന്യങ്ങളുടെ യഹോവ അരുളിച്ചെയ്യുന്നു." മലാ. 4:1.

ആകയാൽ ഭക്തി വിരുദ്ധമായ വ്യഥാലാപങ്ങളെയും തർക്കസൂത്രങ്ങളെയും ഒഴിഞ്ഞു ,സത്യവചനത്തെ യഥാർത്ഥമായി പ്രസംഗിച്ചുകൊണ്ട് ലജ്ജിപ്പാൻ സംഗതി ഇല്ലാത്ത വേലക്കാരനായി ദൈവത്തിന് കൊള്ളാകുന്നവനായി നില്പാൻ ശ്രമിക്കാം. (2 തിമ. 2:15)

"ക്രൂശില്ലാതെ കിരീടം ഇല്ല" (without cross, no crown)

"വേദനയില്ലാത്ത നേട്ടവുമില്ല" (without pain no gain)

എല്ലാ ജനനങ്ങളുടെ പിന്നിലും ഒരു പ്രസവ വേദനയുണ്ട്. ആയതുപോലെ എല്ലാ ശുശ്രൂഷ കൾക്കു പിന്നിലും നാം മുടക്കേണ്ട വലിയ ഒരു വേദനയും വിലയും ഉണ്ട്. അതിനു തയ്യാറുള്ള വരെ ദൈവം തന്റെ കരങ്ങളിലെടുത്ത് മിനുക്കിയ അമ്പാക്കിയും വായെ മൂർച്ചയുള്ള വാൾ പോലെ ആക്കിയും ഉപയോഗിച്ച് ദൈവം അവരിൽ മഹത്വീകരിക്കപ്പെടും.(യെശ. 49:2,3)

ദൈവം നൽകിയ അധികാരമാകുന്ന ഉണർവ്വിന്റെ താക്കോലുകൾ ഉപയോഗിച്ച് നരകത്തെ കൊള്ളയടിച്ച് സ്വർഗ്ഗത്തെ നിറയ്ക്കാൻ, ഒരു മദ്യപാനി മദ്യത്താൽ നിറഞ്ഞിരിക്കുന്നതുപോലെയും ഒരു സ്പോഞ്ച് വെള്ളത്തിൽ മുങ്ങികിടക്കുന്നതുപോലെയും പരിശുദ്ധാത്മ നദിയിൽ മുങ്ങികിടക്കാം. അതിനായി എപ്പോഴും /ഏതു നേരത്തും അന്യഭാഷയിൽ (എഫെ 6:18) ഇടവിടാതെ പ്രാർത്ഥിക്കാം. (1 തെസ്സ 5:18) എല്ലാറ്റിനും സ്തോത്രം ചെയ്യാം. (1 തെസ്സ 5:19). അപ്രകാരം നാം ജീവിക്കുമ്പോൾ വെള്ളത്തിൽ കിടക്കുന്ന സ്പോഞ്ച് എടുത്ത് പുറത്തുവയ്ക്കുമ്പോൾ അതിലുള്ള വെള്ളം പുറത്തേക്ക് ഒഴുകുന്നതുപോലെ ,നാം നടക്കുമ്പോൾ നമ്മുടെ ഉള്ളിൽ നിന്ന് ജീവജല നദിയാകുന്ന പരിശുദ്ധാത്മാവ് പുറത്തേക്ക് ഒഴുകുകയും അവിശ്വാസികളുടെ ആത്മീയക്കണ്ണുകൾ തുറക്കപ്പെടുകയും അവർ നമ്മിലുള്ള ക്രിസ്തുവിനെ തിരിച്ചറിയുകയും കാന്തത്തിലേക്ക് ഇരുമ്പ് ആകർഷിക്കുന്നതുപോലെ ക്രിസ്തുവിങ്കലേക്ക് ആത്മാക്കൾ അവർ ആകർഷിക്കപ്പെടുകയും ജീവൻ പ്രാപിക്കുകയും ചെയ്യും. അതാണ് ഉണർവ്വ്.

നമുക്ക് ഉണരാം. എഴുന്നേൽക്കാം. ചാവാറായ ശേഷിപ്പുകളെ ശക്തീകരിക്കാം. (വെളി. 3:2). സത്യസുവിശേഷം ഉള്ളതുപോലെ പ്രസംഗിക്കാം. 2 കൊരി 11 ന്റെ 23 മുതൽ 29 വരെ യുള്ള വാക്യങ്ങളിൽ രേഖപ്പെടുത്തിയിരിക്കുന്ന തന്റെ കഷ്ടതകളുടെയും പീഡനങ്ങളുടെയും നടുവിലും പൗലൊസ് അപ്പൊസ്തലൻ മരണപര്യന്തം വിശ്വസ്തനായിരുന്നതുപോലെ, നമുക്കും മര ണപര്യന്തം വിശ്വസ്തരാകാം. (വെളി. 2:10) പുകയുന്ന തിരിയെ കെടുത്താത്ത ദൈവം (യെശ.42:3) നമ്മുടെ ദീപത്തെ കത്തിക്കും.(സങ്കീ. 18:28)

'അന്ത്യകാല ഉണർവ്വിനു യേശുവിന് നിങ്ങളെയും ആവശ്യമുണ്ട് .'
"ഇതാ, ഞാൻ വേഗം വരുന്നു" എന്നു പറഞ്ഞ യേശു വീണ്ടും വരാറായി…..
ആകയാൽ നമുക്കു എഴുന്നേൽക്കാം….പുറപ്പെടാം…. ക്രിസ്തു നമ്മിൽ പ്രകാശിക്കട്ടെ…. . ജനം അതു കാണട്ടെ…..ക്രിസ്തുവിങ്കലേക്ക് കടന്നുവരട്ടെ…
ആമേൻ… ആമേൻ… ആമേൻ…

അന്ത്യകാല ഉണർവ്വിനു അടിസ്ഥാനം ദൈവ സാന്നിദ്ധ്യമായ ദൈവമഹത്വമാണ്.അതിനെക്കുറിച്ചറി യാൻ **"അന്ത്യകാല ഉണർവ്വിനടിസ്ഥാനം"** എന്ന ഗ്രന്ഥം തുടർന്നുവായിക്കുക…

ഇതു വായിക്കുന്ന എല്ലാവരെയും സ്വർഗ്ഗത്തിൽ കാണാം എന്ന ആഗ്രഹത്തോടും പ്രാർത്ഥന യോടും കൂടി നിർത്തുന്നു. ദൈവം നമ്മെ എല്ലാവരെയും അനുഗ്രഹിക്കുമാറാകട്ടെ. ആമേൻ.

<u>മറ്റു പുസ്തകങ്ങൾ</u>

<u>1. മലയാളം</u>

1) വിശ്വാസം

2) ദൈവം വിശ്വസ്തരെ തേടുന്നു

3) വിശുദ്ധി ദൈവസഭയിൽ

4) വീടില്ലാത്തവർക്ക് ഒരു വീട്

5) നിങ്ങൾയേശുവിന്റെസാക്ഷി

6) പ്രാർത്ഥനാ പോരാളിയുടെ അധികാരം

7) വൃക്ഷങ്ങളുടെ ചുവട്ടിനു കോടാലി

8) ദൈവത്തെ അന്വേഷിക്കുന്നവരേ ഇതിലേ

9) യേശുവിന് നിങ്ങളെക്കൊണ്ട് ആവശ്യമുണ്ട്

10) മഹാമാരിയുടെ കാരണങ്ങളും പരിഹാരവും

11) അന്ത്യകാല ഉണർവ്വിന്റെതാക്കോലുകൾ

<u>2. ഇംഗ്ലീഷ്</u>

1) ഫെയ്ത്

2) വേ ടു ഫൈൻഡ് ഗോഡ്

3) റോഡ് മേപ്പ് ഫോർ ഗോഡ് സീക്കേർസ്

<u>3 . തമിഴ്</u>

1) വിസുവാസം

<u>4.ഹിന്ദി</u>

1) വിശ്വാസ്

2) ജോ ഭഗവാൻ കീ തലാശ് കർതേ ഹൈം ഔർ (ഹിന്ദി)

<u>കോപ്പികൾക്ക്</u>

1. www.notionpress.com
2. www.ebenbooksgirija.blogspot.com
3. Amazon.com
4. Amazon.in
5. Amazon.co.uk
6. ELS ,Kesavadasapuram,Tvpm, Kerala ,Ph.04712448916
7. LMS Books Stall, LMS Compound,Palayam,Tvpm, , Kerala   Ph 0471 2315990
8. Om Books Foundation,Kochi-18, , Kerala Ph.048423963339
9. Salem Book Shop, Mercy Hospital Road ,Opposite Neethy Medical Store,Karukachal, Kottayam, , Kerala Ph.9605575475, 9496224345

10. Girija kumarai R.P--_9495662058

<u>വ്യക്തിപരമായ പ്രാർത്ഥനയ്ക്കും</u>

<u>കൗൺസിലിംഗിനും, ബന്ധപ്പെടുക.</u>

ഗിരിജകുമാരി.ആർ.പി

TC.17/1613,PRA100

 Puthuppally Lane,

 Medical College.P.O

 Tvpm-11, Kerala

 Ph.9495662058

 Email -girijak2002@yahoo.co.in

 Website:www.ebenbooksgirija.blogspot.com

 You Tube-"Eben Books"
 Facebook-"Girijakumari"

<u>**ആരാധനയ്ക്ക്**</u>

ബ്രദർ സുരേഷ് ബാബു

 Christ Centre

 P.O. Box 801

 Kowdiar P.O

 Thiruvananthapuram - 3

 Ph: 0471- 2725273/74

 Mob:9447830604//8606222273

www.ingramcontent.com/pod-product-compliance
Lightning Source LLC
Chambersburg PA
CBHW020511160726
47991CB00007B/2903